വായിക്കാൻ പഠിക്കാം

vayikkan padikkam

•

g stalin

•

first edition
january 2018

•

second edition
december 2018

•

third edition
march 2020

•

second impression
january 2021

•

typesetting & published
chintha publishers, thiruvananthapuram

•

cover
midas

•

illustrations
p g balakrishan (cover)
karaykamandapam vijayakumar

Distribution
DESHABHIMANI BOOK HOUSE
H O Thiruvananthapuram 695035
phone: 0471-2303026, 6063026
Email: chinthapublishers@gmail.com
Website: www.chinthapublishers.com

Branch

Head Office Kunnukuzhi • Statue Thiruvananthapuram • KSRTC Bus Station Alappuzha • KSRTC Bus Station Ernakulam • Machingal Lane Thrissur • IG Road Kozhikode • Mavoor Road Kozhikode • NGO Union Building Kannur • Central Bus Terminal Complex Thavakkara Kannur

---

CR - SP / 2255 / 5322
ISBN - 978-93-86637-75-8

വായിക്കാൻ പഠിക്കാം

ജി സ്റ്റാലിൻ

ചിന്ത പബ്ലിഷേഴ്സ്
തിരുവനന്തപുരം-695 035

ജി സ്റ്റാലിൻ

പത്തനംതിട്ട ജില്ലയിൽ കൊടുമൺ ആണ് സ്വദേശം. എം എ, എം എഡ് ബിരുദധാരി. ഡയറ്റിൽനിന്ന് സീനിയർ ലക്ചററായി വിരമിച്ചു. അദ്ധ്യാപനരംഗത്തെ നൂതന പരീ ക്ഷണങ്ങൾക്ക് എൻ സി ഇ ആർ ടി (NCERT) നല്കുന്ന ദേശീയ അവാർഡ് നാലുതവണ നേടിയിട്ടുണ്ട്. കേരള ത്തിലെ പാഠ്യപദ്ധതി രൂപീകരണം. പാഠപുസ്തകരചന എന്നിവയിൽ സജീവപങ്കാളിത്തം വഹിച്ചു. ത്രിതല പഞ്ചാ യത്തുകളുടെ വിദ്യാഭ്യാസ പരിപാടികളിൽ ഇടപെട്ടു പ്രവർത്തിച്ചുവരുന്നു. കേരള ശാസ്ത്ര സാഹിത്യപരിഷ ത്തിന്റെ പ്രവർത്തകൻ. ഇപ്പോൾ സംസ്ഥാന സെക്രട്ടറിമാ രിൽ ഒരാൾ. സഹപ്രവർത്തകനായിരുന്ന ജി ജനാർദ്ദനക്കു റുപ്പുമായി ചേർന്ന് *മധുരം മലയാളം* എന്ന പുസ്തകം പ്രസിദ്ധീകരിച്ചിട്ടുണ്ട്.

ഭാര്യ   : ബീനാഗോപൻ

മക്കൾ   : സചി സ്റ്റാലിൻ, സന്ദേശ് സ്റ്റാലിൻ

ഇ മെയിൽ: stalinsaarasam@gmail.com

വിലാസം : സാരസം, ഐക്കാട്

                കൊടുമൺ പി ഒ

                പത്തനംതിട്ട (ജില്ല)

ഉള്ളടക്കം

പ്രസാധകക്കുറിപ്പ്

ഒരു അംഗീകൃത പാഠപദ്ധതിയുടെ അടിസ്ഥാനത്തിലുള്ള പാഠ്യക്രമമനുസരിച്ചാണ് നമ്മുടെ സ്കൂൾ സമ്പ്രദായത്തിൽ പാഠ പുസ്തകങ്ങൾ തയ്യാറാക്കപ്പെടുന്നത്. അംഗീകൃത യോഗ്യതകൾ ഉള്ള അദ്ധ്യാപകർ അതു പഠിപ്പിക്കുന്നു. കുട്ടികൾ അതു പഠി ക്കുകയും വിവിധ നിലകളിൽ മാർക്കു നേടി വിജയം കരസ്ഥമാ ക്കുകയും ചെയ്യുന്നു. ഇതെല്ലാമായിട്ടും തങ്ങൾ പഠിക്കുന്ന പാഠ ങ്ങളുമായി ബന്ധപ്പെട്ട് അറിഞ്ഞിരിക്കേണ്ടതും പഠിച്ചിരിക്കേണ്ട തുമായ പല അറിവുകളും വിട്ടുപോകുന്നു. പാഠഭാഗങ്ങളിൽ പെട്ടതു തന്നെയും ദുർഗ്രാഹ്യവും വിരസവും ആയതുകൊണ്ട് അവ മനസ്സിൽ പതിയുകയോ അറിവു വളർത്തുകയോ ചെയ്യാതെ പോകുന്നു.

ഇതൊരു കുറവുതന്നെയാണ്. ഈ കുറവ് എങ്ങനെ പരി ഹരിക്കാം. അദ്ധ്യാപകരെന്ന നിലയിൽ സമർത്ഥരും എഴുത്തു കാരുമായ അദ്ധ്യാപകരുടെ കൂട്ടായ്മ ഈ വെല്ലുവിളി ഏറ്റെടു ക്കുവാൻ തയ്യാറായി. അതിന്റെ ഫലമാണ് സ്കൂൾ പ്ലസ് എന്ന പുസ്തകപരമ്പര. പാഠപുസ്തകത്തിൽ പകർന്നു കിട്ടുന്ന എല്ലാ അറിവിന്റെയും അനുബന്ധ വിവരങ്ങളാണ് ഈ പുസ്തകങ്ങ ളുടെ ഉള്ളടക്കം. സുഗ്രാഹ്യമായും രസകരമായുമാണ് ഈ പു സ്തകങ്ങൾ രചിക്കപ്പെട്ടിരിക്കുന്നത്. ഓരോ ക്ലാസിലെയും എല്ലാ കുട്ടികളുടെയും അറിവിന്റെ ചക്രവാളം വികസ്വരമാക്കുവാനും

പുതിയ അധികപുസ്തകങ്ങൾ തേടിപ്പിടിച്ചു വായിക്കുവാനും ഈ പുസ്തകപരമ്പര സഹായകമാകും.

വായിക്കാൻ പഠിക്കാം എന്ന ഈ ഗ്രന്ഥം തയ്യാറാക്കിയിരി ക്കുന്നത് ജി സ്റ്റാലിൻ ആണ്. വായന എന്നാൽ എന്ത്? അർത്ഥം അറിഞ്ഞുള്ള വായന, വായനയുടെ ഒഴുക്ക്, വായനയിലെ (എ ഴുത്തിലെയും) പദശുദ്ധി, കാര്യഗ്രാഹിയായ വായന, കഥ വായന, കവിത വായന, ശാസ്ത്രലേഖനങ്ങളുടെ വായന, വേഗത്തിലുള്ള വായന, വരികൾക്കിടയിലെ ധ്വനി ഗ്രഹിക്കുന്നത് എന്നിങ്ങനെ വായനയെ സംബന്ധിച്ച നിരവധി അറിവുകൾ ഈ പുസ്തക ത്തിൽ അടങ്ങിയിരിക്കുന്നു. വായനയെ അർത്ഥപൂർണ്ണമാക്കാൻ വളരെ സഹായകമായ ഈ ഗ്രന്ഥം ഞങ്ങൾ ലക്ഷ്യബോധ ത്തോടെ കുട്ടികളുടെ മുൻപിൽ അവതരിപ്പിക്കുന്നു. ഈ പുസ്തകം സ്വയം വായിച്ചറിയുകയും കുട്ടികൾക്ക് നല്കുകയും ചെയ്യും എന്ന് ആശിച്ചുകൊണ്ട്.

ചിന്ത പബ്ലിഷേഴ്സ്

വായനയുടെ പടവുകളിൽ

ഗ്രന്ഥശാലയിൽ വായനക്കൂട്ടത്തിന്റെ ഉദ്ഘാടനം കഴിഞ്ഞു. ക്ലാസിൽ പങ്കെടുക്കാൻ ഞാനടക്കം യു പി, ഹൈസ്കൂൾ വിഭാഗങ്ങളിലെ പന്ത്രണ്ടു കുട്ടികൾ. നാട്ടിലെ പ്രധാന വായനക്കാരനായ അനിലേട്ടനാണ് ആദ്യ ക്ലാസ് നയിക്കാനെത്തിയത്.

ഒരു ഭാഷാ കേളിയായിരുന്നു തുടക്കം ഒരു പെട്ടിയിൽ കുറച്ചു നറുക്കുകൾ. അതിൽനിന്ന് ഓരോ കുട്ടിയും ഒന്നെടുക്കണം എല്ലാവരും എടുത്തുകഴിഞ്ഞാൽ നറുക്കിലുള്ളതിന്റെ ബാക്കിഭാഗം ആരുടെ കൈയിലാണെന്നു കണ്ടെത്തി അവരുമായി ചേർന്ന് ജോടിയാകണമെന്നായിരുന്നു നിർദ്ദേശം.

എനിക്കുകിട്ടിയത് "ഒരുമയുണ്ടെങ്കിൽ...." എന്നായിരുന്നു. "ഉലക്കമേലും കിടക്കാം." അനൂപിന്റെ കൈയിലായിരുന്നു. ഇതു പോലെ "മകരത്തിൽ മഴ പെയ്താൽ മലയാളം മുടിയും," "വിത്താഴം ചെന്നാൽ പത്തായം നിറയും" ഇങ്ങനെ പല ജോഡികളായി ഞങ്ങൾ മാറി.

അന്യോന്യം വിവരങ്ങൾ ചോദിച്ചറിഞ്ഞ് സദസ്സിനു പരിചയപ്പെടുത്തിക്കൊടുത്തുകൊണ്ട് കളി അവസാനിച്ചു.

വായനയെന്നു പറഞ്ഞാലെന്ത്? അതായിരുന്നു അനിലേട്ടന്റെ ആദ്യത്തെ ചോദ്യം.

"പുസ്തകം, പത്രം ഒക്കെ വായിക്കാറില്ലേ. അതുതന്നെ"

സന്ദുവാണങ്ങനെ പറഞ്ഞത്.

"ഞാൻ പറഞ്ഞത് ഒട്ടും ഇഷ്ടമായില്ലെന്ന് അവരുടെ മുഖ ത്തുനിന്ന് വായിച്ചെടുക്കാമായിരുന്നു" എന്നു പറയുമ്പോഴോ?

"കണ്ടുമനസ്സിലാക്കുക എന്ന് വായനയ്ക്കർത്ഥമുണ്ടാകും" വർഷ പറഞ്ഞു.

"ഒ കെ തീർച്ചയായും അങ്ങനെയുമുണ്ട്. ചിത്രവായനയെ ന്നൊക്കെ പറയുന്നത് ചിത്രത്തിലുള്ളത് കണ്ടുമനസ്സിലാക്കൽ തന്നെയാണല്ലോ."

"ശിവദാസൻ മാഷ്ടെ വായിച്ചാലും വായിച്ചാലും തീരാത്ത പുസ്തകം വായിച്ചിട്ടുള്ളവരുണ്ടോ?"

"ഉവ്വ്, മാഷ് പറയുന്ന പുസ്തകം – വായിച്ചാലും വായിച്ചാലും തീരാത്തത്– പ്രകൃതിയാണ്." ചിന്നു വിശദീകരിച്ചു.

"ഇപ്പോൾ കൂടുതൽ വ്യക്തമായില്ലേ. കാഴ്ചയും അതുവഴി യുള്ള മനസ്സിലാക്കലുമാണ് വായന. പക്ഷേ, കാഴ്ചയില്ലാത്ത വർക്കും വായിക്കാൻ കഴിയുമെന്ന് നിങ്ങൾക്കറിയാമോ?"

"ശരിയാണ്. കണ്ണു കാണാത്തവർക്ക് തൊട്ടുനോക്കി വായി ക്കാൻ ബ്രെയ്ലി ലിപിയുണ്ട്" വർഷയാണ് മറുപടി പറഞ്ഞത്.

"ഇവിടെ കണ്ണിനുപകരം വിരലുകൊണ്ട് സ്പർശിച്ചാണ് കാര്യം മനസ്സിലാക്കുന്നത്. അതും വായനതന്നെ. നമ്മളെല്ലാം ലോകത്തെ അറിയുന്നത് കണ്ണും കാതും ത്വക്കും മൂക്കും നാക്കുമെന്ന അഞ്ച് ജ്ഞാനേന്ദ്രിയങ്ങൾ കൊണ്ടാണ്. ഇവയിൽ കണ്ണും കാതും തന്നെയാണ് ഏറ്റവും പ്രധാനം. കണ്ണുകാണാ ത്തവർ കാതുകൊണ്ടും, സ്പർശനംകൊണ്ടും ആ കുറവ് നിക ത്താൻ ശ്രമിക്കും. യഥാർത്ഥത്തിൽ നമ്മൾ ഈ ഇന്ദ്രിയങ്ങൾ പൂർണ്ണമായി ഉപയോഗപ്പെടുത്തുന്നില്ല എന്നും പറയാം." അനി ലേട്ടൻ പറഞ്ഞു.

"ഇവിടെ പങ്കെടുക്കുന്നവരെല്ലാം കാഴ്ചയുള്ളവരായതു കൊണ്ട് എഴുതിയതോ, അച്ചടിച്ചതോ ആയ ഭാഷാ രൂപങ്ങളുടെ വായന മാത്രമേ ചർച്ച ചെയ്യുന്നുള്ളു."

വായന അർത്ഥമറിഞ്ഞ്

"ഞങ്ങളുടെ ക്ലാസിലെ ചില കൂട്ടുകാർ തപ്പിത്തപ്പി അക്ഷരം പറഞ്ഞാണു വായിക്കുന്നത്. അതെന്താ അങ്ങനെ" സാബിറ

യാണ് സംശയവുമായി എഴുന്നേറ്റത്.

"സാബിറയുടെ സംശയത്തിന് നിങ്ങൾതന്നെ ഉത്തരം കണ്ടെ
ത്തണം" എന്ന് അനിലേട്ടൻ പറഞ്ഞപ്പോൾ കൂട്ടുകാർ അമ്പര
ന്നു. പക്ഷേ, അനിലേട്ടൻ വിടാൻ ഭാവമില്ലെന്നു കണ്ടപ്പോൾ
ചിന്നു എഴുന്നേറ്റു.

"വാക്കുമൊത്തമായിട്ടു കാണാൻ പ്രയാസം വരുന്നതുകൊ
ണ്ടാണ് അക്ഷരം പറഞ്ഞുള്ള വായന."

"അതുശരിയാണ്. സത്യത്തിൽ നമ്മൾ പറയുന്നതും എഴു
തുന്നതുമൊന്നും അക്ഷരങ്ങളല്ല; വാക്കുകളാണ്. മിക്കപ്പോഴും
വാക്യങ്ങളും."

"അക്ഷരമില്ലാതെ പിന്നെങ്ങനെയെഴുതും" കൂട്ടുകാർ മിക്ക
വരും ഒരുമിച്ചാണ് ഈ ചോദ്യമുയർത്തിയത്.

"നമ്മൾ പറഞ്ഞത് അക്ഷരമില്ലാതെ എഴുതുമെന്നല്ല. എഴു
തുന്നതും വായിക്കുന്നതും അക്ഷരമായിട്ടല്ല എന്നാണ്. അതാ
യത് ആശയങ്ങളുടെ യൂണിറ്റ് പദങ്ങളാണ്.

"ഒരുദാഹരണം നോക്കൂ.

'നമ്മൾ പുസ്തകം വായിക്കുന്നു' എന്ന വാക്യം അനിലേ
ട്ടൻ ബോർഡിൽ എഴുതി. "ഈ വാക്യത്തിൽ എത്ര അക്ഷരങ്ങ
ളുണ്ട്."

"പത്ത്"

"എത്ര വാക്കുകൾ?"

"മൂന്ന്"

"എങ്ങനെ വായിക്കും? നമ്മൾ-പുസ്തകം - വായിക്കുന്നു
- എന്നല്ലേ?

"ഓരോ അക്ഷരമായല്ലല്ലോ വായന."

കുറച്ചുകൂടി വലിയൊരു വാക്യം നോക്കാം.

'നിലവിലുള്ള ചരിത്രപഠനം രാജ്യചരിത്രം, ലോകചരിത്രം
എന്നിവയിൽ ഒതുങ്ങി നില്ക്കുന്നു' എന്ന വാക്യം ബോർഡിൽ
എഴുതി ഞങ്ങൾ വായിച്ചപ്പോൾ -

നിലവിലുള്ള ചരിത്രപഠനം, രാജ്യചരിത്രം, ലോകചരിത്രം,
എന്നിവയിൽ ഒതുങ്ങി നില്ക്കുന്നു. എന്ന് മുറിച്ചുതന്നെ വായി
ച്ചു.

പാഠപുസ്തകത്തിൽനിന്ന് ചില ഉദാഹരണങ്ങൾകൂടി അനി

ലേട്ടൻ പറഞ്ഞു. അതെല്ലാം തൃപ്തികരമായി ഞങ്ങൾ വായി
ക്കുകയും ചെയ്തു.

അനിലേട്ടൻ ഇങ്ങനെ വിശദീകരിച്ചു:

"ധാരാളം കാര്യങ്ങൾ കേട്ടും പറഞ്ഞും ഒത്തിരി അനുഭവം
വരുമ്പോൾ നമുക്ക് വാക്കുവാക്കായി കാണാൻ കഴിയും. കുറ
ച്ചുകൂടി പോകുമ്പോൾ വാക്യങ്ങളെ അർത്ഥത്തിന്റെ അടിസ്ഥാ
നത്തിൽ പല ഖണ്ഡങ്ങളായി വായിക്കാനും കഴിയും. അത്തരം
കാര്യങ്ങളെക്കുറിച്ച് നമുക്ക് പിന്നീട് ചർച്ച ചെയ്യാം."

ചെറിയ കുട്ടികൾ, നടന്നു തുടങ്ങുന്നവർ, ചുവടു വയ്ക്കു
ന്നതു കണ്ടിട്ടില്ലേ. ഒരു ചുവടുവച്ച് ഉറച്ചുനിന്നിട്ടേ അടുത്ത ചുവ
ടുവയ്ക്കൂ. പക്ഷേ, എന്നും അങ്ങനെയല്ലല്ലോ നടക്കുക. അതു
പോലെ ഓരോ അക്ഷരവും നോക്കി മനസ്സിൽ പറഞ്ഞൊക്കെ
വായിക്കുന്നത് തുടക്കത്തിലാവാം. അത് വേഗത്തിലാക്കി വാക്കു
തിരിച്ചറിഞ്ഞും ചില വാക്കുകൾ ചേർത്ത് ആശയങ്ങളുടെ അടി
സ്ഥാനത്തിൽ വാക്യങ്ങളെ പല യൂണിറ്റുകളാക്കിയും വായി
ക്കാൻ കഴിയുക തന്നെവേണം. മറ്റുള്ളവരുടെ വർത്തമാനം
ധാരാളം കേട്ടും കൂട്ടുകാരോടും വീട്ടുകാരോടുമൊക്കെ മടികൂ
ടാതെ സംസാരിച്ചും നേടുന്ന പദപരിചയം വായനയ്ക്ക്
മുതൽക്കൂട്ടാകും. തെറ്റിപ്പോകുമെന്ന പേടിയാവും ചിലർക്ക്.
അങ്ങനെയുള്ളവർക്ക് ധൈര്യം കൊടുക്കാൻ കൂട്ടുകാർ ശ്രദ്ധി
ക്കണം."

ഒരു ചാർട്ടു ബോർഡിൽ തൂക്കിയിട്ടു നിർത്തേണ്ടിയിടത്തു
നിർത്തി വായിക്കുന്നതുമായി ബന്ധപ്പെട്ട ചില ഉദാഹരണങ്ങൾ
അനിലേട്ടൻ കാണിച്ചുതന്നു.

കാടാറുമാസം നാടാറുമാസം
കണ്ണീർക്കടൽക്കരെ താമസം

ആലിൻ ചുവട്ടിലെ തണൽ പറ്റിനിന്നു

പ്രഭാത സൂര്യപ്രഭയിൽ കുളിച്ച
പൂന്തോപ്പിനിപ്പോളധികം പ്രശോഭ

പറഞ്ഞതങ്ങനെ തന്നെ പാതിരാവയല്ലോ പത്നീ

അനന്തമജ്ഞാതമവർണ്ണനീയം
ഈ ലോക ഗോളം തിരിയുന്ന മാർഗ്ഗം

പലപദങ്ങളും ഒറ്റവായനയ്ക്കു തിരിച്ചറിയാൻ പറ്റാത്തതാ യിരുന്നു. കാടാറു-മാസം, നാടാറു-മാസം എന്നു വായിച്ചാലോ?

'കാടാറു' എന്ന മാസം, 'നാടാറു' എന്ന മാസം എന്നു തോന്നില്ലേ? സജിയാണ് അങ്ങനെ പറഞ്ഞത്.

കണ്ണീർ എന്നു നിർത്തി കടൽക്കരെ താമസം എന്നു വായി ച്ചാലോ – കണ്ണീർ കടലിന്റെ കരയിൽ താമസിക്കുന്നു എന്നാവും കേൾക്കുന്ന ആൾ മനസ്സിലാക്കുക.

"ആലിൻചുവട്ടിലെ തണൽ – പറ്റിനിന്നു എന്നു വായിച്ചാൽ ആലിന്റെ ചുവട്ടിലെ തണൽ എവിടെയോ പറ്റിനിന്നുവെന്ന തോന്നലാവും ഉണ്ടാവുക." വർഷ സജീവമായി.

സുബിൻ എഴുന്നേറ്റു "ഞങ്ങളുടെ ടീച്ചർ ക്ലാസിൽ പറഞ്ഞ ഉദാഹരണം ഓർമ്മവരുന്നു"

"പറയൂ കേൾക്കട്ടെ."

"പരിപ്പുവട തിന്നു മടുത്തപ്പോൾ വാഴപ്പഴം കൈയിലെ ടുത്തു" എന്ന് സുബിൻ ബോർഡിലെഴുതി. അതിനുശേഷം 'ഇത് പരിപ്പ് – വടതിന്നു മടുത്തപ്പോൾ' എന്നു വായിച്ചാലുള്ള തമാശ യാണ് ടീച്ചർ പറഞ്ഞത്. പരിപ്പുവട നമുക്കിഷ്ടമാണ് എങ്കിലും പരിപ്പ് കയറി വട തിന്നാൽ പിന്നെ നമ്മളെന്തുചെയ്യും"

"ശരി. വായിക്കുമ്പോൾ ഇത്തരം കാര്യങ്ങൾ നമ്മൾ പരിഗ ണിക്കണമെന്നു വ്യക്തമായില്ലേ." അനിലേട്ടൻ തുടർന്നു.

തുടർച്ചയായി ഉച്ചത്തിൽ വായിക്കുന്ന ഒരു പ്രവർത്തനമാ യിരുന്നു പിന്നീട്. അനിലേട്ടന്റെ നിർദ്ദേശ പ്രകാരം ഞങ്ങളെല്ലാ വരും അല്പഭാഗം വീതം വായിച്ചു.

വായനയ്ക്കു ഞങ്ങൾ തന്നെ മാർക്കിടണമെന്നാണ് ഏട്ടൻ പറഞ്ഞിരിക്കുന്നത്. കണ്ട മികവുകൾ, പോരായ്മകൾ ഇവ യൊക്കെ ചൂണ്ടിക്കാണിക്കണമെന്നും. ഞങ്ങൾക്കറിയുന്നതു പോലെ മാർക്കിട്ടു. വർഷയായിരുന്നു ഏറ്റവും നല്ല വായനക്കാ രി. എനിക്കു രണ്ടാം സ്ഥാനമേ കിട്ടിയുള്ളൂ.

അനിലേട്ടൻ മാർക്കിട്ടതും ഞങ്ങൾക്കു കാണിച്ചുതന്നു. ഞങ്ങൾ ഏറക്കുറെ ശരിയായ പാതയിലായിരുന്നു.

സ്ഫുടമായി (വ്യക്തമായി) വായിക്കണമെന്നും നീണ്ട വാക്യങ്ങൾ വായിക്കുമ്പോൾ ആശയപൂർണ്ണത വരുന്ന വിധത്തിൽ ചിലയിടങ്ങളിൽ അല്പമൊന്നു നിർത്തിയാവണമെന്നും ഞങ്ങൾതന്നെ കണ്ടെത്തി. ശബ്ദത്തിന്റെ ഏറ്റക്കുറച്ചിൽ-ശബ്ദത്തിൽവരുത്തുന്ന ഉയർച്ച താഴ്ചകളുടെ ആവശ്യകതയും ഞങ്ങൾക്കു മനസ്സിലായി.

ഇനിയെന്തെങ്കിലും എന്ന് ഏട്ടൻ ചോദിച്ചപ്പോൾ ഇല്ലെന്നർത്ഥത്തിൽ ഞങ്ങൾ തലയാട്ടി.

ശരി. ഇനി ഇതു വായിച്ചു നോക്കാം. നെയ്പ്പായസം എന്ന കഥ ഞങ്ങൾക്കു നല്കി. മാധവിക്കുട്ടിയുടെ ഹൃദയസ്പർശിയായ കഥ വായിച്ചപ്പോൾ ഞങ്ങളറിയാതെതന്നെ കഥയ്ക്കുള്ളിൽ ഒളിഞ്ഞിരിക്കുന്ന ദുഃഖവും സ്നേഹവുമൊക്കെ ശബ്ദത്തിൽ തെളിഞ്ഞുവന്നു. എല്ലാവരുടെയും വായന ഒരുപോലെ മികച്ചതായില്ല. എന്നാലും ഞങ്ങൾക്ക് ഒരു കാര്യം മനസ്സിലായി. ഉപന്യാസമോ വാർത്തയോ വായിക്കുന്നതുപോലെയല്ല കഥ വായിക്കുന്നത്. കഥാഗതിയിൽ പ്രകടമാകുന്ന വികാരങ്ങൾ വായനക്കാരന്റെ ശബ്ദത്തിൽ പ്രതിഫലിച്ചാൽ മാത്രമേ വായിക്കുന്നവർക്കും കേൾക്കുന്നവർക്കും അതു നല്ല അനുഭവമാകൂ.

അടുത്ത ദിവസം വായിച്ചുവരാനുള്ള പ്രസിദ്ധീകരണങ്ങൾ ഏറ്റുവാങ്ങിക്കൊണ്ട് ഞങ്ങൾ വീടുകളിലേക്കു മടങ്ങി.

വായനക്കാർക്കുള്ള പ്രവർത്തനങ്ങൾ

- കുട്ടികളുടെ പ്രസിദ്ധീകരണങ്ങളിലോ പുസ്തകങ്ങളിലോ ഉള്ള ഒരു കഥയും ഒരു ലേഖനവും വായിച്ച് ഈ അദ്ധ്യായത്തിൽ പറഞ്ഞിരിക്കുന്ന കാര്യങ്ങൾ എത്രമാത്രം ഒത്തുവരുന്നുവെന്ന് സ്വയം പരിശോധിക്കുക.

- ഉച്ചത്തിൽ വായിക്കുമ്പോൾ വായനക്കാരൻ ശ്രദ്ധിക്കേണ്ട കാര്യങ്ങൾ ഓർമ്മയുണ്ടോ?

- പരിപ്പു-വടതിന്നു എന്നതുപോലെ രസകരമായ ഏതെങ്കിലും വായനാനുഭവം ഉദാഹരിക്കാനുണ്ടോ?

- ഉച്ചത്തിലുള്ള വായന വിലയിരുത്താൻ എന്തൊക്കെ സൂചകങ്ങൾ പരിഗണിക്കും?

വായന അക്ഷരസ്ഫുടതയോടെ

"ചിലർ വായിക്കുമ്പോൾ ഭർത്താവിനെ 'ബർത്താവാക്കു ന്നു. നഖവും മുഖവുംപോലെ മേഘത്തെ മേഖമാക്കി വായി ക്കുന്നവരുമുണ്ട്. പാഠം 15 പല കുട്ടികൾക്കും 'പാടം 15' ആണ്. ഇതും വായനയിലെ ഒരു പ്രശ്നമല്ലേ" വർഷയാണ് ചോദ്യവുമാ യെഴുന്നേറ്റത്.

"നല്ല ചോദ്യം" അനിലേട്ടൻ അഭിനന്ദിച്ചു. "നമ്മുടെ ഭാഷ യിൽ ഏറക്കുറെ എഴുതുന്നതുപോലെ പറയുകയും, വായിക്കു കയുമാണ് ചെയ്യുന്നത്. പ്രാദേശികമായ രീതി വ്യത്യാസങ്ങൾ വാചിക ഭാഷയിൽസാധാരണമാണെങ്കിലും."

"ഞങ്ങൾ 'എന്തുവാ പറയുന്നേ' എന്നു ചോദിക്കുമ്പോൾ എന്റെ അമ്മയുടെ നാട്ടിലുള്ളവർ 'എന്നതാ പറയുന്നേ' എന്നാണ് ചോദിക്കുക. നമ്മൾ കടയിൽപ്പോയി 'സാധനം മേടിക്കുമ്പോൾ' കൊല്ലത്തുള്ളവർ സാധനം 'വേടിക്കുക' യാണ്. ഇതൊക്കെയല്ലേ അനിലേട്ടൻ പറഞ്ഞ വ്യത്യാസം" സന്ദുവിന്റെ അനുഭവം അവൻ പറഞ്ഞു.

"അതു മാത്രമല്ല പ്രാദേശികമായ കുറുക്കും നീട്ടുമൊക്കെ നിങ്ങൾ സിനിമയിലൊക്കെ കേട്ടുകാണും. ഉത്തരകേരളത്തിലു ള്ളവർ 'നല്ലന്നെ', 'ഏടുത്തു' എന്നൊക്കെ പറയുന്നു. നല്ലതു തന്നെ. 'നല്ലതുതന്നെ'. 'എവിടെയാ'ണ് എന്നാണ് ഇതിന്റെ അർഥം. 'ഓരങ്ങോട്ടു കീഞ്ഞിനി' എന്നു കേട്ടാൽ 'അവരങ്ങോ

ട്ടിറങ്ങിയെന്ന് മനസ്സിലാക്കണം.

ദക്ഷിണ കേരളത്തിലുള്ളവർക്കുമുണ്ട് ഇതുപോലെ പ്രയോ ഗത്തിൽ തനതായ രീതി. 'ആറുനാട്ടിൽ നൂറു ഭാഷ' എന്നതിന്റെ പൊരുളിതാണ്. പക്ഷേ, അതൊന്നും വായനയിൽ വരേണ്ടതില്ല എന്നു നിങ്ങൾക്കറിയാം. എന്നാൽ പ്രാദേശികമായ ഉച്ചാരണ ഭേദം വായനയിൽ ചെറിയതോതിൽ സ്വാധീനം ചെലുത്തും എന്നാണ് ഞാൻ ഉദ്ദേശിച്ചത്" അനിലേട്ടൻ വിശദീകരിച്ചു.

"വർഗ്ഗാക്ഷരങ്ങളിൽ രണ്ടും നാലും ഒരുപോലെ വായിക്കു ന്നവർ ഒരുപാടുണ്ട്. വർഗ്ഗാക്ഷരങ്ങളെ ചാർട്ടാക്കിക്കൊണ്ടു അനി ലേട്ടൻ വർഗ്ഗാക്ഷരങ്ങളിൽ ഒന്നാമത്തെ അക്ഷരം ഖരം, അടു ത്ത് അതി ഖരം, പിന്നെ മൃദു, അതു കഴിഞ്ഞാൽ ഘോഷം. ഒടുവിൽ അനുനാസികവും. ഇതിൽ അതിഖരവും, ഘോഷവും ചിലരൊക്കെ ഒരുപോലെ ഉച്ചരിക്കുന്നുണ്ട് എന്നു പറഞ്ഞു.

യഥാർത്ഥത്തിൽ ക്+ഹ =ഖ/ ഗ് + ഹ= ഘ എന്ന് വ്യക്ത മായ വ്യത്യാസമുണ്ട്. നമുക്കു പറഞ്ഞു നോക്കാം. 'ഖ, ഘ, ഛ, ഡ "ഘോഷം ഉച്ചരിക്കുമ്പോൾ ശബ്ദം തൊണ്ടയിൽനിന്നുവ രുന്നു. ഒരു മുഴക്കം ഉണ്ട്". സാബിറ കണ്ടെത്തൽ അവതരിപ്പി ച്ചു.

തുടർന്ന് കുഞ്ഞുണ്ണി മാസ്റ്ററുടെ 'കചടതപ' പാട്ടിന്റെ ചാർട്ടു തൂക്കി അനിലേട്ടൻ പാടി. ഞങ്ങൾ ഏറ്റുപാടി.

"കചടതപ, കചടതപ, കുറച്ചെനിക്കേട്ടാ കദളിപ്പഴം,
ഖഛഠഥഫ, ഖഛഠഥഫ, കയ്ക്കുന്നിതനിയാകദളിപ്പഴം
ഗജഡദബ, ഗജഡദബ, കയ്പെനിക്കിഷ്ടമാണേറെയേട്ടാ
ഘഝഢധഭ, ഘഝഢധഭ, ലവലേശം കൊടുത്തില്ല കൊതി യനേട്ടൻ

ങഞണനമ, ങഞണനമ, കിണുകിണെകിണുങ്ങി കുഞ്ഞ നിയൻ"

"ചില കൂട്ടക്ഷരങ്ങൾ വായിക്കുമ്പോളും, ചില പ്രശ്നങ്ങളു ണ്ടാകാറുണ്ട്. പറയാമോ?"

"ജ്യോതിഷം വായനയിൽ 'ജോതിഷ'മാവും. ത്വക്ക് തൊക്കാ വും, സ്വേച്ഛാധിപതി സേച്ഛാധിപതിയാകുന്നതും സാധാരണമാ ണ്."

"വ്യക്തി എന്ന പദം വെക്തി എന്നാണ് ചിലർ വായിക്കു ക." സാബിറയാണു ഉദാഹരണങ്ങൾ ചൂണ്ടിക്കാട്ടിയത്.

"നൃത്തം ചിലർക്ക് വെറും നിർത്തം ആകുമല്ലോ." ചിന്നുവും കൂടി.

"ചന്ദനം ചന്നനമായിട്ട് നാളെത്രയായി ചന്ദനക്കുടം ചന്നന ക്കുടമായി. ചന്ദനക്കാട് ചന്നനക്കാടും. ചിലർ 'വന്നിക്കുന്നു' 'നിന്നിക്കുന്നു'വെന്നെല്ലാം പറയുകയും വായിക്കുകയും ചെയ്യു ന്നുണ്ട്" വർഷ കൂട്ടിച്ചേർത്തു

"ചണ്ഡാലൻ 'ചണ്ടാലനാകുന്നതോ ? പ്രതിഷ്ഠയ്ക്ക് ശിഷ്ട ത്തിന്റെ '.ഷ്ട'യാണ് ചിലർക്കൊക്കെ. ഗ്രന്ഥവും ഗന്ധവും ഒരു പോലെ പറയുന്നവരുമുണ്ട്." സന്ദുവും ചർച്ചയിൽക്കൂടി.

"ശണ്ഠകൂടുന്നത് 'ചെണ്ട'യിടിക്കുന്നതുപോലെ ലഘുവാ ക്കുന്നവരുമുണ്ടല്ലോ" അതുവരെ മിണ്ടാതിരുന്ന ഞാനും ചർച്ച യിൽ പങ്കാളിയായി.

"നിങ്ങൾ ഇതെല്ലാം ശ്രദ്ധിക്കുന്നുണ്ടല്ലോ. തെറ്റുകൾ തിരി ച്ചറിഞ്ഞാൽ പിന്നെ തിരുത്താൻ എളുപ്പമാണ്".

ബലൂൺ, ദയ, ഗദ, ലയം ഈ വാക്കുകൾ ബോർഡിലെഴു തിയ അനിലേട്ടൻ ഞങ്ങളോടു വായിക്കാനാവശ്യപ്പെട്ടു. അനു വാണ് വായിച്ചത്. ബെലൂൺ, ദെയ, ഗെദ, ലെയം എന്ന് എ സ്വരം ചേർന്നാണ് വായിച്ചത്. അതു ശരിയുമായിരുന്നു. "ഗ ജ ഡ ദ ബ യ ര ല ഈ അക്ഷരങ്ങൾ പദത്തിന്റെ ആദ്യത്തിൽ വരു മ്പോൾ സ്വരചിഹ്നം ചേർക്കാതെതന്നെ 'എ'ചേരായയോടെയാണു വായിക്കുന്നത്. എഴുതുന്നതുപോലെ മാത്രമല്ല വായിക്കുന്നത് എന്ന് വ്യക്തമായില്ലേ.

എ ചേർത്തു വായിക്കുന്നതിന് കൂടുതൽ ഉദാഹരണം പറ യാമോ?"

"ഗരുഡൻ, ഗഗനം, ജനം, ജനാധിപത്യം, ഡപ്പി" ഞാൻ പറ ഞ്ഞു.

"ദരിദ്രൻ, യതി, രഹസ്യം, ലത" അനു കൂട്ടിച്ചേർത്തു.

"ഇനിയും കൂടുതൽ വാക്കുകൾ പറയാൻ കഴിയുമെന്ന് എനി ക്കറിയാം. ഇതുപോലെ വേറെയും ചില കാര്യങ്ങൾ ഉണ്ട്. അതെല്ലാം നമ്മളിപ്പോൾ വിസ്തരിക്കുന്നില്ല" എന്നു പറഞ്ഞ് ഏട്ടൻ അവസാനിപ്പിച്ചു.

വായനക്കാർക്കുള്ള പ്രവർത്തനം

- ദിനപത്രത്തിന്റെ ഒരു പേജെടുത്ത് വായിക്കുക. അതിൽ മേല്പ റഞ്ഞ തുപോലെ വായനയിൽ പ്രയാസമുണ്ടാക്കുന്ന പദ ങ്ങൾക്ക് അടിവരയിടുക.

- ശരി രൂപമേത് എന്ന ചോദ്യത്തിനുള്ള ചില ഉദാഹരണങ്ങൾ നല്കുന്നു. കൂടുതൽ പദങ്ങൾ കണ്ടെത്തി എഴുതുക.

ചന്ദനം	–	ചന്നനം
അനുശോചനം	–	അനുശോജനം
നിഘണ്ടു	–	നിഖണ്ടു
....	–	....
....	–	....

വായിക്കുന്നത് കാര്യമറിയാൻ

ഒരു മൗന വായനക്കളിയോടെയായിരുന്നു അടുത്ത ദിവസത്തെ പ്രവർത്തനം ആരംഭിച്ചത്.

ഇതു മൗനക്ലാസ് എന്ന കാർഡ് ഉയർത്തിക്കാണിച്ചുകൊണ്ട് ഞങ്ങളെ നിശ്ശബ്ദരാക്കി. ഒരു പേജുവരുന്ന ഒരു ചെറിയ ലേഖനം ഡിജിറ്റൽ ബോർഡിൽ കാണിച്ചു.

പ്രകൃതിയിൽനിന്ന് വിവിധരീതികളിൽ ഭക്ഷണം കണ്ടെ ത്തിയാണ് ഭൂമിയിലെ ജീവികളെല്ലാം ജീവിക്കുന്നത്. എന്നാൽ മനുഷ്യരാകട്ടെ മറ്റു ജീവികളിൽനിന്ന് തികച്ചും വ്യത്യസ്തമായ രീതിയാണ് ഭക്ഷണ കാര്യത്തിൽ പിന്തു ടരുന്നത്. പ്രകൃതിയിലെ ഭക്ഷ്യവസ്തുക്കൾ അതേപടി ഉപ യോഗിക്കുന്നതിനുപകരം അവയെ മാറ്റി മറിച്ചും പല രീതി യിൽ കൂട്ടിച്ചേർത്തും നാം ആഹാരത്തെ വ്യത്യസ്തമായ ഓരോന്നാക്കി മാറ്റുന്നു. കേവലം വിശപ്പടക്കുക എന്നതി നപ്പുറം ആസ്വദിച്ചു കഴിക്കുക എന്നതിലാണ് ശ്രദ്ധയെന്നു പറയാം.

ആദിമ കാലങ്ങളിൽ പക്ഷേ, ഇങ്ങനെയായിരുന്നില്ല നമ്മുടെ പൂർവ്വികർ ഭക്ഷണം കഴിച്ചിരുന്നത്. കായ്കളും കിഴങ്ങുകളും വേട്ടയാടുമ്പോൾ കിട്ടുന്ന മാംസവുമെല്ലാം എങ്ങനെ കിട്ടുന്നുവോ അങ്ങനെതന്നെയങ്ങു കഴിക്കും. നല്ലവണ്ണം പഴുത്താൽ കായ്കൾ കൂടുതൽ ആസ്വാദ്യമാ

ണെന്നവർ അനുഭവത്തിലൂടെ പഠിച്ചു. അബദ്ധത്തിൽ തീയിൽ വീണുപോയതോ കാട്ടുതീയിൽപ്പെട്ടതോ ആയ മാംസം കൂടുതൽ മൃദുലവും രുചികരവുമെന്ന് തിരിച്ചറിഞ്ഞതിൽനിന്ന് വേവിച്ചുതിന്നുന്നത് ശീലമാക്കുകയായിരുന്നിരിക്കണം. പാചകത്തിന്റെ തുടക്കം അതാണ്. പിന്നീട് ഉപ്പും മസാലകളുമൊക്കെ ചേർക്കുമ്പോൾ വരുന്ന രുചി ഭേദം.. ഇങ്ങനെ പോകുന്നു ഈ രംഗത്തെ പുരോഗതി.

കുട്ടികളിൽ ചിലർ ചെറിയ ശബ്ദത്തിൽ വായിക്കാൻ തുടങ്ങിയപ്പോൾ ഏട്ടൻ പഴയ കാർഡു കാണിച്ചു. കൂട്ടത്തിൽ ചുണ്ടു വിരൽ ചുണ്ടിൽ വെച്ച് ചുണ്ടനക്കരുത് എന്നും കൂടി പറയാതെ പറഞ്ഞു. ചുണ്ടനക്കിയില്ലെങ്കിലും ചിലർ ചെറിയ ശബ്ദമുണ്ടാക്കുന്നുണ്ടായിരുന്നു. മൗനമായി വായിക്കുന്ന ശീലമില്ലാത്തതുകൊണ്ടാണത് എന്നു വ്യക്തം.

വായിച്ചു കഴിഞ്ഞോ? അടുത്ത കാർഡ്.

മൗന ക്ലാസല്ലേ. ഞങ്ങളുടെ മറുപടി തലകുലുക്കലായിരുന്നു.

ഉടനെ ഏട്ടൻ അടുത്ത കാർഡെടുത്തു.

വായിച്ചു കഴിഞ്ഞവർ കണ്ണടയ്ക്കണം

വായിച്ച കാര്യങ്ങൾ ഓർത്തു നോക്കണം.

ഞാൻ കണ്ണടച്ച് കാര്യങ്ങൾ ഓർത്തുനോക്കി. ഒരുവിധം ഓർമ്മവരുന്നുണ്ട്. പിന്നെ പതിയെ കണ്ണുതുറന്നു നോക്കുമ്പോൾ പലരും കണ്ണുതുറക്കുകയും അടയ്ക്കുകയും ചെയ്യുന്നുണ്ട്.

മൗന ക്ലാസ് അവസാനിച്ചു. അനിലേട്ടൻ പുതിയ കാർഡു യർത്തി. എല്ലാവരും അന്യോന്യം നോക്കി ചിരിച്ചു.

ബോർഡിൽ ചോദ്യങ്ങൾ പ്രത്യക്ഷപ്പെട്ടു. അടുത്ത പണി ചോദ്യങ്ങൾക്ക് ഉത്തരമെഴുതലാണ് എന്നു വ്യക്തമായി.

'എഴുതാം' ഏട്ടൻ പറഞ്ഞു.

എല്ലാ ചോദ്യങ്ങൾക്കും ശരിയുത്തരമെഴുതിയവർ ആരുമുണ്ടായിരുന്നില്ല. ഏഴിൽ അഞ്ചു ചോദ്യങ്ങൾക്ക് എന്റെ ഉത്തരം ശരിയായിരുന്നു.

"വായനയുടെ ഉദ്ദേശ്യം വായിച്ച കാര്യങ്ങൾ മനസ്സിലാക്കുകയാണ്. നിങ്ങളെല്ലാവരും ഇക്കാര്യത്തിൽ തൃപ്തികരമായ അവസ്ഥയിലാണ്. മനസ്സുവെച്ചാൽ കുറച്ചുകൂടി മുന്നോട്ടുപോകാൻ നിങ്ങൾക്കു കഴിയും" അനിലേട്ടൻ പറഞ്ഞു.

ഇടവേളയ്ക്കുശേഷം ഒരു കളിയായിരുന്നു-നിധികണ്ടെ ത്തൽകളി:

അനിലേട്ടന്റെ കൂടെ വായനശാലയിൽ സ്ഥിരമായിവരുന്ന ചില ചേട്ടന്മാരും വർഷയുടെ അമ്മയുമുണ്ട്. വർഷയുടെ അമ്മ യാണ് കളിയുടെ കാര്യം പറഞ്ഞത്. സാധാരണ നിധി കണ്ടെ ത്തലിൽ ഒരു നിധിക്കുവേണ്ടിയാണ് അന്വേഷണം. ഇവിടെ ഓരോ കുട്ടിക്കും ഒരു നിധിയുണ്ട്. ആദ്യം കിട്ടുന്ന നറുക്കു വായിച്ച് അടുത്ത സ്ഥലത്തേക്ക്, അവിടെനിന്നു കിട്ടുന്ന നറുക്കു വായി ച്ച് അതിനടുത്ത കേന്ദ്രത്തിൽ........ അങ്ങനെ നിധിയിലേക്ക്. എല്ലാ വർക്കും ഏറക്കുറെ ഒരു ദൂരം തന്നെയാവും താണ്ടാനുള്ളത്. വായിക്കാനുള്ള നിർദ്ദേശവും ഏറക്കുറെ സമാനമായ ദൈർഘ്യ മുള്ളതാണ്. ഏറ്റവും ആദ്യം നിധി കണ്ടെത്തിവരുന്ന 3 പേർക്കാണ് സമ്മാനം.

റെഡി.

അനിലേട്ടൻ വിസിൽ മുഴക്കി.

ആദ്യം നിധിയുമായെത്തിയത് അനൂപായിരുന്നു. രണ്ടാമത് ചിന്നു. മൂന്നാമത് വർഷ.... അങ്ങനെ പത്തു പതിനഞ്ചു മിനിറ്റ് എല്ലാവരും നിധി കണ്ടെത്തലിന്റെ ത്രില്ലിലായിരുന്നു.

"അനിലേട്ടാ വായനക്കളികൾ വേറെയുമുണ്ടോ?" കീർത്തിക്ക് കളി വളരെ ഇഷ്ടമായെന്നു തോന്നുന്നു.

"ഉണ്ടല്ലോ. പല കളികളുണ്ട്. ചിലതു നമുക്ക് അടുത്ത ദിവ സങ്ങളിൽ കളിക്കുകയും ചെയ്യാം. ചിലതു നിങ്ങൾ ക്ലാസിലും കളിക്കുന്നുണ്ടാവും, ചോദ്യോത്തരപ്പയറ്റുപോലെ."

ഇപ്പോൾ നമുക്ക് കളിവിട്ട് കാര്യത്തിലേക്കു വരാം.

"വായിക്കുമ്പോൾ ആദ്യം മനസ്സിൽ വരേണ്ടത് വായനാ സാമഗ്രിയിലെ പ്രധാനാശയം തന്നെ. നമ്മൾ വായിച്ചതിലെ പ്രധാ നാശയം പറയാമോ ?"

"ഭക്ഷണകാര്യത്തിൽ കാലാനുസൃതമായ മാറ്റങ്ങൾ വരുത്തി യാണ് ഇന്നത്തെ അവസ്ഥയിൽ എത്തിയത്."

"ഇനിവേണ്ടത് ഇതിലെ കാര്യങ്ങൾ ക്രമമായി പറയുകയാ ണ്.

വീണ്ടും വായിക്കാം."

ഡിജിറ്റൽ ബോർഡിൽ വീണ്ടും കുറിപ്പു പ്രത്യക്ഷപ്പെട്ടു.

റിയ സംശയവുമായെഴുന്നേറ്റു. "കഥയാണെങ്കിൽ അതി നൊരു ക്രമമുണ്ട്. അവിടെ അങ്ങനെയൊരു ക്രമമുണ്ടോ?"

"ശരിയാണ്" മറ്റു പലരും റിയയെ പിന്താങ്ങി.

"നല്ല സംശയം തന്നെ. കഥയിലെപ്പോലെ സംഭവങ്ങൾക്കു ക്രമമില്ലെങ്കിലും ലേഖനത്തിലെ ക്രമത്തിൽ ഓർത്തു വയ്ക്കു ന്നതാണ് സൗകര്യപ്രദം. ഈ ക്രമം കാര്യങ്ങൾ വിട്ടുപോകാതി രിക്കാനും സഹായകരമാണ്. കഥകളിൽ മാത്രമല്ല ദീർഘമായ പല ലേഖനങ്ങളിലും യുക്തിസഹമായ ക്രമം പാലിച്ചുകാണും."

"വായിക്കുമ്പോൾ നമുക്ക് പരിചയമില്ലാത്ത ചില വാക്കുക ളുണ്ടാവുമല്ലോ. ചില പ്രയോഗങ്ങളും അങ്ങനെ വരാറുണ്ടാവും. അതതു സന്ദർഭത്തിൽനിന്ന് അർത്ഥം കണ്ടെത്തലാണ് ആദ്യ മാർഗ്ഗം. പിന്നീട് ആവശ്യമെങ്കിൽ നിഘണ്ടുനോക്കി ഉറപ്പിക്കാം. പ്രയോഗങ്ങളിലൂടെ ലേഖകൻ അർത്ഥമാക്കുന്നത് എന്താണെന്ന് കണ്ടെത്താതെ വായന പൂർണ്ണമാകുന്നില്ല. ഇതാ ഒരു ഉദാഹര ണം. ശ്രീ. കെ ജയകുമാർ എഴുതിയ ലേഖനത്തിൽനിന്ന് ഒരു ഭാഗം വയലാറിനെക്കുറിച്ചാണ്" എന്നു പറഞ്ഞ് ഏട്ടൻ ചാർട്ടു തൂക്കി:

"കഥാ സന്ദർഭത്തിന്റെ പരിമിതിയെ ഉല്ലംഘിച്ച് ഒരു ഗാനം വളരണമെങ്കിൽ ആ കവിക്ക് ആവിഷ്കരിക്കാൻ സ്വന്തമായ ആശയ ലോകവും വാങ്മയവും നിലപാടുകളും കൂടിയേ തീരു. ആശയങ്ങൾ മാത്രം പോരാ അവയോട് വൈകാരികമായ പ്രതി ബദ്ധതയും വേണം."

അർത്ഥം പറയൂ:

ഉല്ലംഘിച്ച്, വാങ്മയം, പ്രതിബദ്ധത, വൈകാരികമായ പ്രതി ബദ്ധത.

ആദ്യത്തെ രണ്ടു പദങ്ങളുടെ അർത്ഥം ഞങ്ങൾ ഊഹിച്ചു പറഞ്ഞു. പ്രതിബദ്ധത, വൈകാരികമായ പ്രതിബദ്ധത ഇവ മന സ്സിലായില്ല.

പ്രതിബദ്ധം-എന്നു പറഞ്ഞാൽ ദൃഢമായി ബന്ധമുള്ളതെ ന്നായിരിക്കും എന്ന് ഞാൻ ഊഹിച്ചു പറഞ്ഞു.

"ഊഹം ഏറക്കുറെ ശരിയാണ്. ചേർത്തുകെട്ടിയ, ഉറച്ചു നില്ക്കുന്ന എന്നൊക്കെ പറയാം. വൈകാരികമെന്നു പറഞ്ഞാൽ മനസ്സിൽ തട്ടിയുള്ളതാണ്. ആശയത്തോടു കവിക്കുള്ള ദൃഢ ബന്ധം (ഉറച്ചു നില്ക്കുന്ന ബന്ധം) യുക്തിയോ ബുദ്ധിയോ കൊണ്ടല്ല മനസ്സിന്റെ അടിത്തട്ടിൽ നിന്നുവരുന്ന അടുപ്പമാണെന്ന് ലേഖകൻ പറയുന്നു." അനിലേട്ടൻ വിശദീകരിച്ചു.

ഈ പ്രവർത്തനം ഞങ്ങളിൽ ആത്മവിശ്വാസം വർദ്ധിപ്പിച്ചു.

'ചില ഉദാഹരണങ്ങൾകൂടി വേണം' വർഷയാണ് ആവശ്യ മുന്നയിച്ചത്.

"ഓ കെ."

ഏട്ടൻ ഒരു ഫോട്ടോ കോപ്പിയാണ് ഞങ്ങൾക്കുതന്നത്.

ലേഖനത്തിൽ കാണുന്ന പ്രത്യേക പ്രയോഗങ്ങൾ ശ്രദ്ധിക്ക ണം. അതിന്റെ വിശദീകരണവും വേണം.

ഇന്ദ്രൻസ് ഇങ്ങനെ പറയുന്നു. "അന്നു ഞങ്ങളുടെ ടെയ്‌ലർ ഷോപ്പിന്റെ എതിരെയുള്ള വീട്ടിലാണ് ഡോ. പി കെ ആർ വാര്യർ താമസിച്ചിരുന്നത്. പണത്തോട് ആർത്തിയില്ലാത്ത, ലാളിത്യമുള്ള; മണ്ണിൽ തൊട്ടു ജീവിക്കുന്ന ഒരു മനുഷ്യൻ. ഞങ്ങളുടെ കട യിൽവന്ന് സൈക്കിൾ വാടകയ്‌ക്കെടുത്ത് ഓടിച്ചുപോകുന്ന വാര്യർസാറിന്റെ രൂപം ഇന്നും മനസ്സിലുണ്ട്. വാര്യർസാറിനെ കാണാൻ പാവപ്പെട്ട രോഗികളൊക്കെ വരും. മിക്കവർക്കും വാര്യർസാർ അങ്ങോട്ടു പൈസ കൊടുക്കും. സാറ് ആരിൽ നിന്നും ഫീസ് വാങ്ങുകയുമില്ല. അവർ പീടികയിൽവന്ന് കണ്ണു നീരോടെ പറയുമ്പോഴാണ് ഞങ്ങൾ ഇതൊക്കെ അറിയുന്നത്." (മാതൃഭൂമി വാരിക. 2009. നവംബർ 8-14)

- മണ്ണിൽ തൊട്ടു ജീവിക്കുന്ന മനുഷ്യൻ - വിശദീകരിക്കുക.
- 'വാര്യർ സാറിന്റെ രൂപം ഇപ്പോഴും മനസ്സിലുണ്ട്' ഈ വാക്യം നല്കുന്ന സൂചന.
- 'അവർ പീടികയിൽവന്നു കണ്ണുനീരോടെ...... അറിയുന്നത്' വിശദീകരിക്കുക.

ഇതു വായിച്ചപ്പോൾ എന്റെ കണ്ണു നനഞ്ഞു. മണ്ണിൽ തൊട്ടു ജീവിച്ചതിനെക്കുറിച്ചു വിശദീകരിക്കാൻ ഒട്ടും പ്രയാസമുണ്ടാ യില്ല. ഡോക്ടറെക്കുറിച്ചു പറയുമ്പോൾ വികാരാധീനരാകുന്ന, സ്നേഹാദരങ്ങൾ കൊണ്ടു കരഞ്ഞുപോകുന്ന, രോഗികളെക്കു റിച്ചും, ബന്ധുക്കളെക്കുറിച്ചും വളരെ വ്യക്തമായി മനസ്സിലാ ക്കാനായി. ഡോക്ടറിന്റെ അസാധാരണത്വം തന്നെയാണത്. വാട കയ്‌ക്കെടുത്ത സൈക്കിളിൽ സഞ്ചരിക്കുന്ന മഹാനായ ഡോക്ടർ – ആ ചിത്രം ഒരിക്കലും മാഞ്ഞുപോകാത്തത് അത് ഇന്ദ്രൻസിന്റെ മനസ്സിനെ അത്രയ്ക്കു സ്പർശിച്ചതുകൊണ്ടാണ്. ഏതാണ്ടിങ്ങ നെയായിരുന്നു എന്റെ വിശദീകരണം.

ഓരോ വായനയും കുറച്ചുകൂടി ഗൗരവത്തിലാകണമെന്ന് ഞങ്ങൾക്ക് ബോധ്യമായി.

ഒരു ഭാഷാകേളിയോടെ അന്നത്തെ ക്ലാസ് അവസാനിച്ചു.

കഥ വായിക്കുമ്പോൾ

നാലാം ദിവസം അനിലേട്ടനു പകരം റെജിസാറാണ് ക്ലാസ് നയിക്കാനെത്തിയത്

'മാതൃഭൂമി ആഴ്ചപ്പതിപ്പിലെ ബാലപംക്തിയിൽനിന്നും 'കോളേജു മാഗസിനിൽനിന്നു'മുള്ള ഓരോ കഥയാണ് വായി ക്കാൻ നല്കിയത്.

ഒരുതവണ വായിച്ചതിനുശേഷം ഞങ്ങൾ രണ്ടു ഗ്രൂപ്പായി രുന്നു. വായിച്ച കഥയെക്കുറിച്ചു അഭിപ്രായങ്ങൾ പങ്കുവെക്കാൻ തുടങ്ങിയിരുന്നു.

അപ്പോൾ സാർ പറഞ്ഞത്. നിങ്ങൾക്കിപ്പോൾ കഥ ഇഷ്ട മായോ ഇല്ലയോ എന്നും അതിന്റെ കാരണവും പറയാൻകഴിയു മായിരിക്കും. ഞാനതൊന്നുകൂടി വിശദമാക്കാൻ ശ്രമിക്കാം. കഥ വായിക്കുമ്പോൾ നമ്മൾ ചില ചോദ്യങ്ങൾ സ്വയം ചോദിക്കണം.

എവിടെയാണു കഥ നടന്നത്? സ്ഥലകാല സൂചനകൾ കഥ യിലുണ്ടോ? കഥ വിശ്വസനീയമാണോ?

"സാർ, ഒരു സംശയം" സാബിറയാണ്.

"കഥ വിശ്വസനീയമാണോ എന്നു ചോദിക്കണമെന്നു പറ ഞ്ഞതിനെക്കുറിച്ചാണ്. മൃഗങ്ങളും പക്ഷികളുമൊക്കെ കഥാപാ ത്രങ്ങളായ ഒരുപാടു കഥകളുണ്ടല്ലോ. അതൊന്നും തന്നെ സംഭ വിക്കാനിടയില്ലാത്തതല്ലേ. അതെങ്ങനെ വിശ്വസിക്കും. എങ്കിൽ അതു കഥയല്ലാതാവുമോ?"

"നല്ല ചോദ്യം. പക്ഷിമൃഗാദികൾ കഥാപാത്രങ്ങളായുള്ള കഥ കൾ ലോകത്തെല്ലായിടത്തുമുണ്ട്. അവ വിശ്വസനീയമാണ്. കഥ വായിക്കുമ്പോൾ ഇത് സംഭവിക്കാനിടയില്ലെന്നു തോന്നുന്നുവെ ങ്കിൽ കുഴപ്പം തന്നെ. ഒരു മൃഗം രക്ഷപ്പെടാൻ സൂത്രം പ്രയോഗി ക്കുന്നത് സ്വാഭാവികം. പക്ഷേ, തോക്കെടുത്തു വെടിവെച്ചു, ജീപ്പിൽ കയറി ഓടിച്ചു പോയി എന്നൊക്കെ എഴുതിവച്ചാൽ വിശ്വസനീയമാവില്ല. മൃഗം സർക്കസ് കൂടാരത്തിൽനിന്ന് ഓടി പ്പോന്നതായോ മറ്റോ കൂട്ടിച്ചേർത്താൽ കാര്യം മാറുന്താനും. കഥ പറയുന്ന രീതികൊണ്ടാണ് വിശ്വസനീയത കൈവരുക. ഫാന്റസി കഥകളിൽ ആനയ്ക്കു ചിറകു മുളയ്ക്കുന്നതും ആകാശയാന ത്തിൽനിന്ന് അത്ഭുത ജീവികൾ വരുന്നതുമൊക്കെ രസകരമായി പറയും. അത് നമ്മൾ കൗതുകത്തോടെ വായിക്കുന്നു. അത് വിശ്വ സനീയമായിത്തീരുകയാണ്. കഥയാണെന്നറിഞ്ഞുകൊണ്ടുതന്നെ യാണ് നാം അതു സ്വീകരിക്കുന്നത്."

"കഥാപാത്രങ്ങളെക്കുറിച്ച് സാർ പറഞ്ഞില്ലല്ലോ" അനൂപ് എഴുന്നേറ്റു.

"പറയേണ്ടതായിരുന്നു. അതിനുമുമ്പ് സാബിറ ചോദിച്ചതു കൊണ്ടാണ് വിശ്വസനീയത ചർച്ച ചെയ്തത്. ആകട്ടെ കഥാപാ ത്രങ്ങളെക്കുറിച്ച് എന്തൊക്കെ ആലോചിക്കണം?"

"കഥാപാത്രങ്ങൾ ആരൊക്കെ, ഇതിൽ പ്രധാന കഥാപാത്രം ആര്?, കഥാപാത്രത്തിനു വളർച്ചയുണ്ടോ? കഥാപാത്രങ്ങളുടെ ജീവിതവുമായി ഇഴപിരിയാത്ത ബന്ധം കഥയ്ക്കുണ്ടോ എന്നൊക്കെയല്ലേ സാർ" വർഷയാണ് ഇങ്ങനെ മറുപടി നല്കിയത്.

"സർ, കഥയിൽ സംഭവങ്ങൾക്കല്ലേ പ്രാധാന്യം?" സാബിറ യാണ് ചോദിച്ചതെങ്കിലും എനിക്കുമുണ്ടായിരുന്നു ഈ സംശയം.

സംഭവം അല്ലെങ്കിൽ സംഭവങ്ങൾ പ്രധാനം തന്നെ. സംഭവം അതെന്തായാലും കഥാപാത്രത്തിന്റെ ജീവിതവുമായിബന്ധപ്പെട്ട് പറയുമ്പോൾ മാത്രമേ കഥയായി മാറൂ. അല്ലെങ്കിൽ അതു വെറു മൊരു വാർത്തയായേ നില്ക്കൂ.

"സാർ, ഇത് വ്യക്തമായില്ല" അനൂപ്.

ഒരു ഉദാഹരണം പറയാം.

ഒരു വീട് മരം വീണു തകരുന്നു. ഇതൊരു വാർത്തയാണ്.

ചിലപ്പോൾ ആളുകൾക്കു പരിക്കുണ്ടാകാം. ധനനഷ്ടവും പ്രധാ നമാണ്. ഇതൊക്കെ വാർത്തയുടെ ഭാഗമാവും. ആ വീട്ടിലെ മനു ഷ്യരുടെ-ഒന്നോ അതിലധികമോ ആളുകളുടെ-ജീവിതം ഈ സംഭവത്തോടെ നേരിടുന്ന പ്രശ്നങ്ങളെ, അവരുടെ തകർന്നുപോയ സ്വപ്നങ്ങളെയൊക്കെ വൈകാരികതയോടെ അവതരിപ്പിക്കുമ്പോൾ മാത്രമേ അതൊരു കഥയായി മാറുകയു ള്ളൂ.

'അപ്പോൾ കഥാപാത്രമില്ലെങ്കിൽ കഥയില്ല' ചിന്നുവിന്റെ കമന്റ്.

"കഥയിലെ ഭാഷ, സംഭാഷണങ്ങൾ, കഥപറയുന്നതിന്റെ ഒഴു ക്ക്, ഇതൊക്കെ വായിക്കുമ്പോൾ ശ്രദ്ധിക്കേണ്ടെ?" സന്ദുവിന്റെ ചോദ്യം ഉടനെയുണ്ടായി.

"വേണം. അതെല്ലാം ചേർന്നാണ് കഥയ്ക്ക് ആസ്വാദ്യത നല്കുന്നത്."

"കഥയ്ക്ക് സന്ദേശം വേണ്ടേ?" സന്ദുവിന്റെ ചോദ്യം ഉടനെ യുണ്ടായി.

"സന്ദേശമുണ്ടാകാം. പക്ഷേ, വായനക്കാരനെ ഗുണപാഠം പഠിപ്പിക്കുകയല്ല രസിപ്പിക്കുകയാണ് കഥയുടെ ലക്ഷ്യം. പഠിപ്പി ക്കാൻവേണ്ടി തന്നെ എഴുതിയ കഥകളുണ്ടെന്നു നിങ്ങൾക്കറി യാമോ. 'പഞ്ചതന്ത്രകഥ' അങ്ങനെയുള്ളതാണ്. പഠനത്തിൽ താല്പര്യമില്ലാതിരുന്ന രാജകുമാരന്മാരെ പഠിപ്പിക്കാനാണത് എഴുതിയത്. ചില നാടോടിക്കഥകളിലും ഗുണപാഠം പ്രധാന മായി കാണും. എന്നാൽ ചെറുകഥയോ നോവലോ ഒന്നും അങ്ങ നെയല്ല. ആകാതിരിക്കുന്നതാണ് നല്ലത് എന്നും നിങ്ങൾക്കു ധാരണവേണം.

ഇടവേളയ്ക്കുശേഷം ഞങ്ങൾക്ക് ഓരോ കഥവായിക്കാൻ തന്നു.

നേരത്തെ ചർച്ച ചെയ്ത കാര്യങ്ങൾ മനസ്സിൽ വച്ചുകൊ ണ്ടായിരുന്നു വായന

'രണ്ടു കൃഷിക്കാർ' എന്ന കഥയാണ് എനിക്കു കിട്ടിയത്.

ഒരു പാവപ്പെട്ട കൃഷിക്കാരനു നേരിടേണ്ടിവന്ന പ്രയാസ ങ്ങളാണ് പ്രതിപാദ്യം. പരമ്പരാഗത കൃഷിക്കാരൻ, പുത്തൻ പണക്കാരുടെ, കൃഷിയൊരു വ്യവസായമായി കാണുന്നവരുടെ,

മുമ്പിൽ നിസ്സഹായനാവുന്നു. കുട്ടനാട്ടിലെ കർഷകരുടെ ജീവിതം കണ്ടുവളർന്ന തകഴി അത് മനസ്സിൽ തട്ടുന്ന വിധ ത്തിൽ പറഞ്ഞിട്ടുണ്ട്. നല്ല കഥ.

ഓരോരുത്തരും വായിച്ച കഥയെക്കുറിച്ചൊരു വിവരണം നട ത്തി.

ഞങ്ങൾ വായിച്ച ഈസോപ്പുകഥകളുമായി ഇപ്പോൾ വായിച്ച കഥ സ്വയം താരതമ്യം ചെയ്യാൻ നിർദ്ദേശിച്ചുകൊണ്ട് അന്നത്തെ ക്ലാസ് അവസാനിച്ചു.

വായനക്കാർക്കുള്ള പ്രവർത്തനം

- മലയാളത്തിലെ പ്രസിദ്ധരായ എഴുത്തുകാരുടെ രണ്ടുമൂന്നു കഥകൾ വായിക്കുക. വായിച്ച കഥയുടെ ഒരു സംഗ്രഹം, അതിൽ നിങ്ങൾ ശ്രദ്ധിച്ച പ്രധാന കാര്യങ്ങൾ ഇവ കുറിക്ക ണം.
- ഗുണപാഠകഥകളിൽനിന്ന് ചെറുകഥയ്ക്ക് നിങ്ങൾ കാണുന്ന വ്യത്യാസമെന്ത്?
- നിങ്ങൾ വായിച്ച ഏതെങ്കിലും ഒരു കഥയിലെ പ്രധാന കഥാ പാത്രത്തെക്കുറിച്ച് ചില കാര്യങ്ങൾ ഓർത്തു പറയൂ.

ആസ്വാദനം, ആസ്വാദനക്കുറിപ്പ്

"ആസ്വാദനക്കുറിപ്പെഴുതാൻ ചിലപ്പോൾ സ്കൂളിൽ ഞങ്ങ ളോടാവശ്യപ്പെടാറുണ്ട്. അതിനെക്കുറിച്ച് എപ്പോഴാണ് പറയു ന്നത്" അനുപാണ് ആവശ്യം മുന്നോട്ടുവച്ചത്.

"ഇപ്പോൾ തന്നെയാകാം" അനിലേട്ടൻ പറഞ്ഞു.

"ആസ്വാദനം എന്നുപറഞ്ഞാലെന്താണെന്നു പറയൂ."

ഞങ്ങൾ മിണ്ടിയില്ല.

"ആസ്വാദനം എന്ന വാക്ക് സ്വാദ് എന്നതിൽനിന്ന് ഉണ്ടായ താണ്. അതായത് സ്വാദ് അറിയുന്നതാണ് ആസ്വാദനം. സ്വാദറി യാൻ സഹായിക്കുന്നത് നാക്കാണെന്നു നിങ്ങൾക്കറിയാമല്ലോ. നാക്കിലെ രുചി മുകുളങ്ങളോടു ബന്ധപ്പെട്ട സിരകൾ സംവേ ദനം തലച്ചോറിലെത്തിക്കുമ്പോഴാണ് രുചി നമുക്കനുഭവപ്പെടുക.

"അതു ഞങ്ങൾ പഠിച്ചിട്ടുണ്ട്" വർഷ പറഞ്ഞു.

"അപ്പോൾ കഥയും നാവും തമ്മിൽ..." ചിന്നു ചോദ്യം പാതി വഴിയിൽ നിർത്തി.

"ബന്ധമൊന്നുമില്ല. കഥയുടെയോ കവിതയുടെയോ ഒക്കെ രുചിയറിയുന്നത് നാക്കുകൊണ്ടല്ല. പക്ഷേ, അക്കാര്യം ഇവിടെ പറയാൻകാരണമെന്താണെന്നു പിന്നീട് വ്യക്തമാകും."

"ഭക്ഷണം നമ്മൾ ആസ്വദിക്കുന്നത് അതിന് ഉപ്പും എരിവും പുളിയുമൊക്കെയുള്ളതുകൊണ്ടാണ്. പായസത്തിനു മധുര

മാകും പ്രധാനം. കറികൾക്കു കടുകു വറുക്കുന്നതെന്തിനാണ്. മണവും രുചിയും കൂട്ടാനല്ലേ?"

"എല്ലാ രുചി ഘടകങ്ങളും ചേർത്താലും പനിയൊക്കെ വരുമ്പോൾ രുചി തോന്നാത്തതിനെക്കുറിച്ച് ഒരു ലേഖനത്തിൽ വായിച്ചിരുന്നു. എനിക്ക് അനുഭവവുമുണ്ട്" സാബിറ അവളുടെ അറിവ് പ്രകടിപ്പിച്ചു.

"സാബിറ പറഞ്ഞതു ശരിയാണ്. ഭക്ഷണത്തിന്റെ രുചിയിൽ മണവും വളരെ പ്രധാനമാണ്. മൂക്കടഞ്ഞിരിക്കുമ്പോൾ മണമ റിയുന്നതിനുള്ള തടസ്സംകൊണ്ട് സ്വാദ് ശരിക്കും അനുഭവപ്പെ ടാതെ വരും."

നമ്മുടെ വിഷയം അതല്ല. കഥയുടെ ആസ്വാദനമാണ്.

ഭക്ഷണം കഴിക്കുമ്പോൾ ഉപ്പും മുളകും രുചിക്കൂട്ടുമൊക്കെ നമ്മെ സ്വാധീനിക്കുന്നതുപോലെ കഥയുടെ ആഖ്യാന രീതി, കഥാപാത്രങ്ങളുടെ സവിശേഷതകൾ, ഭാഷയുടെ ഭംഗി, സവി ശേഷമായ പ്രയോഗങ്ങൾ, അവസരോചിതമായ സംഭാഷണങ്ങൾ ഇവയൊക്കെ വായനക്കാരനെ സ്വാധീനിക്കും. രുചികരമായ ഭക്ഷണം നാവിനെന്നപോലെ രുചികരമായ വായന മനസ്സിന് ആഹ്ലാദം നല്കും. അതാണ് ആസ്വാദനം.

ആസ്വദിച്ച കാര്യം വാക്കുകളിൽ പറഞ്ഞുവയ്ക്കുമ്പോൾ ആസ്വാദനക്കുറിപ്പായി.

ഏട്ടൻ പറഞ്ഞതെല്ലാം എനിക്കു മനസ്സിലായില്ല. മിക്ക കൂട്ടു കാരുടെയും അവസ്ഥ ഏതാണ്ടിതുപോലെയെന്നു മുഖഭാവം കണ്ടപ്പോൾ തോന്നി.

"ഞാനീപ്പറഞ്ഞ കാര്യങ്ങൾ മുഴുവൻ വേണ്ടവണ്ണം മനസ്സി ലായില്ലെന്ന് നിങ്ങളുടെ മുഖത്തുനിന്ന് ഞാൻ വായിച്ചെടുക്കു ന്നു. ചില ഉദാഹരണങ്ങളെടുത്തു പരിശോധിച്ചും, സ്വന്തമായാ ലോചിച്ചും കുറച്ചുകൂടി വ്യക്തത വരുത്താം."

മുണ്ടൂർ സേതുമാധവന്റെ 'അമ്മ കൊയ്യുന്നു' എന്ന കഥ പാഠപുസ്തകത്തിൽ ചേർത്തിരുന്നതാണ്. അതിന്റെ കോപ്പി ഞങ്ങൾക്കു വായിക്കാൻ തന്നു. ഞങ്ങൾ വായിച്ചു കഴിഞ്ഞ പ്പോൾ ഏട്ടൻ ചോദിച്ചു കഥയുടെ ചുരുക്കം എല്ലാവരുടെയും മനസ്സിലില്ലേ? ഭൂവനയെന്ന പെൺകുട്ടിയാണ് കഥയിലെ പ്രധാന

കഥാപാത്രം പാവം പെൺകുട്ടി. പാടത്തു പണിയെടുക്കുന്ന അമ്മയുടെ മകൾ. മറ്റാരുമില്ലാത്തവൾ, അവളുടെ കഴിവു മന സ്സിലാക്കിയ സ്നേഹമുള്ള ടീച്ചർ നിർബ്ബന്ധിച്ച് ചിത്ര രചനാമ ത്സരത്തിനു കൂട്ടിക്കൊണ്ടുപോയി. മറ്റു കുട്ടികൾ വലിയ കാര്യ ങ്ങൾ ചിത്രീകരിച്ചപ്പോൾ അവളുടെ മനസ്സിൽ പൊരിവെയിലിൽ തലയിൽ മുണ്ടുകെട്ടി കുനിഞ്ഞുനിന്ന് കൊയ്യുന്ന അമ്മയുടെ ചിത്രമേ വന്നുള്ളു. അവളതു വരച്ചുവച്ചു. വിധികർത്താക്കൾ അതുതന്നെ ഒന്നാം സ്ഥാനത്തിനു തെരഞ്ഞെടുക്കുകയും ചെയ്തു. കളക്ടർ സമ്മാനം നല്കുമ്പോൾ അവളെ പുറത്തു തട്ടി അഭിനന്ദിച്ചു. ടീച്ചർക്കും വലിയ സന്തോഷമായി. അപ്പോഴും അവളുടെ മനസ്സിൽ അമ്മ അവളെ പോറ്റാൻ വേണ്ടി പൊരിവെ യിലിൽ പാടത്തു കൊയ്യുന്ന ചിത്രമായിരുന്നു. ഇതാണ് കഥ യുടെ ചുരുക്കം.

"കഥ ഞങ്ങൾക്കിഷ്ടമായി" എല്ലാവരും ഒരേ സ്വരത്തിൽ പറഞ്ഞു.

"കഥാകാരൻ നടത്തുന്ന ചില പ്രയോഗങ്ങൾ നിങ്ങൾ ശ്രദ്ധി ച്ചുകാണും."

"ചുട്ടുപഴുത്ത മദ്ധ്യാഹ്നംപോലെ അവളും ചുവന്നു."

"ചിത്ര രചനാ മത്സരത്തിലെ മോശം പ്രകടനം മാത്രമല്ല, മറ്റേതെല്ലാമോ കാരണങ്ങൾ അവളുടെ മനസ്സിലെ താപത്തിൽ നീരാവിയാവുകയും അതു കണ്ണീർ മഴയായി പെയ്തുകൊണ്ടി രിക്കുകയും ചെയ്തു."

ഇതുപോലെ.

"ചിത്രത്തിന്റെ വിവരണം അസ്സലായി, ദേ നോക്കൂ" വർഷ ആ ഭാഗം വായിച്ചു.

"ഊത നിറത്തിൽ മണ്ണ്, തങ്ക നിറത്തിൽ വയൽ, കരിക്കട്ട പോലെ അമ്മ. ചാരം മൂടിയ ആകാശത്തിനു നടുക്ക് ഒരു കനൽക്കട്ടയായി സൂര്യൻ. ഇടയിൽ ചിറകു കരിഞ്ഞു മണ്ണിലേക്കു വീഴാനായുന്ന ഒരു പക്ഷി"....

"വെയിൽ പുഷ്പംപോലെ മൃദുലവും സൗമ്യവുമായ സായാ ഹ്നത്തിൽ...." റിയയാണ് അതു പറഞ്ഞത്.

"അറിയാത്ത ആകാശങ്ങളേക്കാൾ കലാകാരനു പ്രിയപ്പെ

ട്ടത് അറിയുന്ന ഇത്തിരിവട്ടമാണെന്ന് അമ്മ കൊയ്യുന്നു എന്ന ചിത്രം വിളിച്ചോതുന്നു. ഇത് വളരെ നന്നായില്ലേ ഏട്ടാ?" ചോദ്യം ചിഞ്ചന്റെ വകയായിരുന്നു.

"കലക്കി. നിങ്ങളുടെ നിരീക്ഷണങ്ങൾ വളരെ നന്നായിട്ടു ണ്ട്." അനിലേട്ടൻ ഞങ്ങളെ അഭിനന്ദിച്ചു.

"ഭുവനയുടെ ടീച്ചർ വളരെ നല്ല ടീച്ചറാ. എല്ലാ ടീച്ചർമാരും അങ്ങനെയായിരുന്നെങ്കിൽ എന്നു പറയാൻ തോന്നുന്നു. ഭുവ നയ്ക്കു സമ്മാനം കിട്ടിയപ്പോൾ ടീച്ചർ കരയുന്നതിന്റെ കാരണം അവൾക്കു മനസ്സിലായില്ലെങ്കിലും വായനക്കാരനു മനസ്സിലാകു ന്നുണ്ട്." ഒരു മികച്ച വായനക്കാരിയാണ് താനെന്ന് വർഷയുടെ വാക്കുകൾ സാക്ഷ്യപ്പെടുത്തി.

കുട്ടികളുടെ മനസ്സിനെ സ്പർശിക്കുന്ന ഒരു നല്ല കഥയാ ണെന്ന് വ്യക്തമായല്ലോ. നിങ്ങൾതന്നെ കണ്ടെത്തിയ, ആസ്വ ദിച്ച കാര്യങ്ങൾ അങ്ങോട്ടെഴുതിവയ്ക്കണം അപ്പോൾ ആസ്വാദ നക്കുറിപ്പായി.

"കഥാകാരനെക്കുറിച്ചും കൃതിയെക്കുറിച്ചും പറയണമെന്ന് ടീച്ചർ പറഞ്ഞിരുന്നു" സാബിറ.

"അതും എഴുതിക്കോളൂ. പക്ഷേ, പ്രധാനകാര്യം ഉള്ളടക്കം സംഗ്രഹിച്ചു പറഞ്ഞ്, രസകരമെന്നു നിങ്ങൾക്കനുഭവപ്പെട്ട കാര്യ ങ്ങൾ വിവരിക്കുന്നതാണ്. കൂട്ടത്തിൽ പറയട്ടെ, കഥ നിങ്ങൾക്കി ഷ്ടമായില്ലെങ്കിൽ അതും പറയാം. വിരസമായ പ്രയോഗങ്ങൾ, അനുചിതമായി എന്നു നിങ്ങൾക്കു തോന്നുന്ന കാര്യങ്ങൾ ഇതൊക്കെയുണ്ടെങ്കിൽ ചൂണ്ടിക്കാട്ടുകയും ചെയ്യാം. സാധാരണ ഗതിയിൽ കുട്ടികളോട് ആസ്വാദനക്കുറിപ്പെഴുതാൻ പറയുമ്പോൾ അതു പ്രതീക്ഷിക്കില്ല. എങ്കിലും ഞാൻ പറഞ്ഞെന്നേയുള്ളൂ."

വായനക്കാർക്കുള്ള പ്രവർത്തനം

നിങ്ങൾ വായിച്ച ഏതെങ്കിലും ഒരു ചെറുകഥയ്ക്ക് ഒരു ആസ്വാദനക്കുറിപ്പ് തയ്യാറാക്കൂ. മുതിർന്നവരെ ആരെയെങ്കിലും വായിച്ചു കേൾപ്പിക്കണേ.

വായിക്കുന്നതു കവിതയാണെങ്കിൽ

അന്ന് ക്ലാസ് നയിക്കാനെത്തിയത് സജിത ടീച്ചറായിരുന്നു. ചെറിയ കുശല പ്രശ്നങ്ങൾക്കുശേഷം ടീച്ചർ ക്ലാസ് തുടങ്ങി. കുഞ്ഞുണ്ണി മാഷിന്റെ കവിത സ്ക്രീനിൽ തെളിഞ്ഞു.

"ആ വരുന്നതൊരാന
ഈ വരുന്നതൊരീച്ച
ആനയുമീച്ചയുമങ്ങനെയങ്ങനെ
അടുത്തടുത്തു വരുന്നു.
ആനയ്ക്കുണ്ടോ പേടി
ഈച്ചയ്ക്കുണ്ടോ പേടി
ആനയുമീച്ചയുമങ്ങനെയങ്ങനെ
അടുത്തടുത്തുവരുന്നു... "

പരിചിതമായതിനാൽ ഞങ്ങൾ ഉറക്കെ വായിച്ചു.

"ശരി, ഈ വരികൾ നിങ്ങൾക്കെല്ലാമറിയാമല്ലോ. എങ്കിൽ കണ്ണടച്ച് ആ ദൃശ്യം ഒന്നു മനസ്സിൽക്കണ്ടേ. ആനതാഴേപോയ്, ഈച്ചമേലേപോയ്, എന്നതും കൂട്ടിച്ചേർത്തോളൂ" ടീച്ചർ നിർദ്ദേശിച്ചു.

"മനസ്സിൽ വന്ന ചിത്രം പറയൂ വർഷ"

"ആനയങ്ങനെ തുമ്പിക്കൈയൊട്ടി ഗംഭീരഭാവത്തിൽ വരുന്നു.

എതിർ ദിശയിൽനിന്ന് ഒരീച്ച ഒരു മൂളലോടെ പറന്നുവരു ന്നുണ്ട്. ആനയുമീച്ചയും എതിരെ വരുന്നവരെ ഗൗനിക്കുന്നതേ യില്ല. എന്നിട്ട് ആനയുടെ അടുത്തുവന്നപ്പോൾ ഈച്ച അല്പം ഉയർന്നു പറന്നുപോയി.

ആനയിതൊന്നും കണ്ടലക്ഷണമില്ല."

"എന്തെങ്കിലും വിശദീകരണം കൂട്ടിച്ചേർക്കണമെന്നുള്ള വർക്കു അതാകാം."

"കവി വായനക്കാരന്റെ മനസ്സിൽ ഒരു ചിത്രം വരയ്ക്കുന്നു ണ്ട്. യഥാർത്ഥത്തിൽ ആനയും ഈച്ചയും നേർക്കുനേരെ 'വഴി മാറെടാ' എന്നമട്ടിൽ വരികയൊന്നുമില്ല. എന്നാൽ ഉദ്വേഗം ജനി പ്പിക്കുന്ന മട്ടിൽ കാര്യം അവതരിപ്പിക്കുകയാണ് കുഞ്ഞുണ്ണിമാ ഷ്. വായനക്കാർ ഉദ്വേഗം നിറഞ്ഞ ഒരവസ്ഥയിൽ നില്ക്കുമ്പോൾ നിറച്ച ബലൂൺ പെട്ടെന്നു കാറ്റഴിച്ചുവിട്ടതുപോലെയാണ് അവ സാന വരികൾ. ഇതു മാഷ്ടെ സ്റ്റൈലാണ്." അനൂപ് വളരെ ഗൗരവമുള്ള നിരീക്ഷണമാണവതരിപ്പിച്ചത്.

ടീച്ചറും ഞങ്ങളെല്ലാവരും കൈയടിച്ചഭിനന്ദിക്കുകയും ചെയ്തു.

നിങ്ങൾക്ക് മിക്കവർക്കും ഹൃദിസ്ഥമായ ഈ വരികൾ വായി ച്ചപ്പോൾ ഇത്തരത്തിലുള്ള ചിന്ത ഇതിനു മുമ്പുണ്ടായിട്ടുണ്ടോ? നിങ്ങളേക്കാൾ ചെറിയ കുട്ടികൾക്കും പറ്റുന്നതാണീക്കവിതയെ ന്നറിയാമല്ലോ.

"ഇത്രയൊക്കെ ചിന്തിച്ചിട്ടില്ല. വരികളിഷ്ടമായി. കുഞ്ഞുണ്ണി മാഷിന്റെ രീതിയുടെ പ്രത്യേകതകൊണ്ട് ഞങ്ങൾക്കെല്ലാം അദ്ദേ ഹത്തെ ഇഷ്ടമാണ്" എന്നൊക്കെ ഞങ്ങൾ പറഞ്ഞു.

വായിക്കുന്നത് അല്പംകൂടി ഗൗരവത്തിലാകണം. നമ്മൾതന്നെ ചില ചോദ്യങ്ങൾ ചോദിക്കണം. അപ്പോൾ കാര്യ ങ്ങൾ കൂടുതൽ വ്യക്തമായി മനസ്സിൽ തെളിഞ്ഞുവരും എന്നു പറഞ്ഞുകൊണ്ട് ടീച്ചർ അടുത്ത പ്രവർത്തനത്തിലേക്ക് കടന്നു.

"കൂരിരുട്ടിന്റെ കിടാത്തിയെന്നാൽ
സൂര്യപ്രകാശത്തിനുറ്റ തോഴി
ചീത്തകൾ കൊത്തിവലിക്കുകിലും
ഏറ്റവും വൃത്തി വെടിപ്പെഴുന്നോൾ

കാക്ക നീ ഞങ്ങളെ സ്നേഹിക്കിലും
കാക്കണം സ്വാതന്ത്ര്യമെന്നറിവോൾ"

ഈ വരികൾ വായിക്കാനാവശ്യപ്പെട്ടു. താഴെപ്പറയുന്ന ചോദ്യങ്ങളും നല്കി.

- കൂരിരുട്ടിന്റെ കിടാത്തയെന്നു കാക്കയെ വിളിച്ചതെന്തുകൊണ്ടാണ്?
- സൂര്യപ്രകാശത്തിനുറ്റ തോഴിയെന്നു പറയുന്നതിന്റെ യുക്തിയെന്ത്?
- ഏറ്റവും വൃത്തിവെടിപ്പെഴുന്നോൾ എന്ന് വിളിച്ചത് ശരിയായയോ ?
- കാക്കയ്ക്ക് നല്ല സ്വാതന്ത്ര്യ ബോധമുണ്ടെന്നു പറയാൻ പ്രേരിപ്പിച്ചതെന്താവും?

ഈ കവിതയും ഞങ്ങൾക്ക് പരിചയമുള്ളതായിരുന്നു. പക്ഷേ, ടീച്ചർ നല്കിയ ചോദ്യങ്ങൾ ഞങ്ങൾക്കുണ്ടാക്കിയ തെളിച്ചം ചെറുതല്ല.

പ്രത്യക്ഷത്തിൽ വിപരീതമെന്നു തോന്നാവുന്ന കാര്യങ്ങളാണ് കവി പറഞ്ഞിരിക്കുന്നത്. കൂരിരുട്ടിന്റെ തോഴിയായ കറുകറുത്ത കാക്കയ്ക്ക് സൂര്യപ്രകാശത്തിന്റെ തോഴിയാകനെങ്ങനെ കഴിയും! എന്നാൽ സൂര്യൻ കിഴക്കുദിക്കുമ്മുമ്പേ ഉണർന്ന് കാകാ ശബ്ദമുണ്ടാക്കി ഏവരെയും ഉണർത്തുന്ന കാക്ക സൂര്യപ്രകാശത്തിന്റെ തോഴിയാണെന്നതിൽ ആർക്കും സംശയമുണ്ടാവുകയുമില്ല.

വൃത്തികേടുകൾ ഭൂമുഖത്തുനിന്നൊഴിവാക്കുന്ന കാക്കച്ചി മഴവന്നാൽ കുളിക്കുകയും ചെയ്യും. മനുഷ്യരോടാണു സഹവാസമെങ്കിലും ഇണങ്ങാൻ കൂട്ടാക്കാത്ത ഈ കറുത്തവർ സ്വാതന്ത്ര്യബോധമുള്ളവരാണെന്ന് വൈലോപ്പിള്ളി പറയുന്നത് അർത്ഥവത്താണ് എന്നൊക്കെയായിരുന്നു ഞങ്ങളുടെ ഉത്തരങ്ങളുടെ ചുരുക്കം. ഈ പ്രവർത്തനം ഞങ്ങളെ കൂടുതൽ ആത്മവിശ്വാസമുള്ളവരാക്കി.

ഇടവേളയ്ക്കുശേഷം കൂടിയപ്പോൾ പരിചിതമായ മറ്റൊരു കവിതയാണ് ടീച്ചർ ഞങ്ങൾക്കു നല്കിയത്. കുമാരനാശാന്റെ 'പൂക്കാലം.'

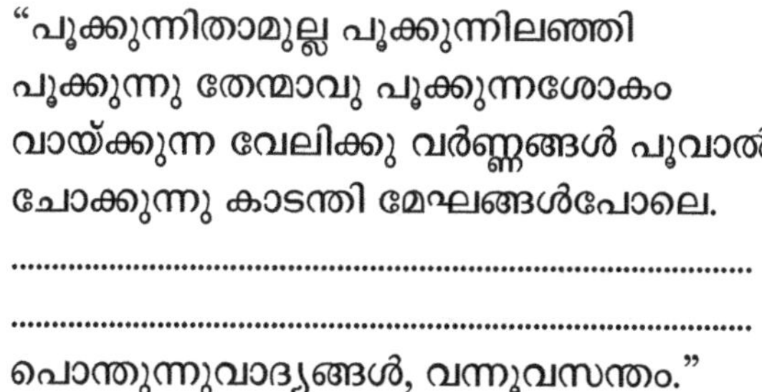

ഈ കവിത വായിച്ച് ആഴത്തിൽ പരിശോധിക്കണം.

ദൃശ്യങ്ങൾ കവിയുടെ ശ്രദ്ധയിലേക്കു കടന്നുവന്ന സന്ദർഭം മുതൽ അവസാന വരികൾ വരെ സൂക്ഷ്മതയോടെ വിശകലനം ചെയ്യണം. ഒറ്റയ്ക്കുവേണ്ട, ഗ്രൂപ്പായി ചെയ്യാമെന്ന് ടീച്ചർ പറ ഞ്ഞു. ഞങ്ങൾ രണ്ടു ഗ്രൂപ്പായി ചർച്ച തുടങ്ങി. ടീച്ചർ ഗ്രൂപ്പിൽ വന്നിരുന്ന് ചർച്ചയിൽ ഇടപെടുകയും ചെയ്തു.

ഞങ്ങളുടെ ഗ്രൂപ്പ് കുറിച്ച കാര്യങ്ങൾ എതാണ്ടിങ്ങനെയാ യിരുന്നു.

മുല്ലപൂക്കുന്നതാണ് കവിയുടെ ശ്രദ്ധയിൽ ആദ്യം വന്നത്. ഇത് കണ്ടിട്ടാവണമെന്നില്ല. മണംകൊണ്ടുമാകാം. മുല്ലപ്പൂ വിൽനിന്ന് ഇലഞ്ഞിയിലായി കവിയുടെ ശ്രദ്ധ. തൊടിയിൽ മാവു മുണ്ട്, പൂവണിഞ്ഞ് അകലേക്കു നോക്കുമ്പോൾ വേലിപ്പടർപ്പിനെ വർണ്ണാഭമാക്കി പൂവുകൾ. അകലെ കാടുകൾ ചോപ്പണിഞ്ഞ് ചക്രവാള സീമകളിൽ ചെഞ്ചായം പുശിയപോലെയുണ്ട്. അകലെ കാട് ചുവപ്പായി കാണുന്നത് യുക്തിസഹമാണ്. അകലെനിന്നു കാണാവുന്ന നിറം ചുവപ്പാണല്ലോ. പിന്നെയെല്ലാം വസന്തകാല ദൃശ്യങ്ങളാണ്. കുയിലിന്റെ കൂകലും ഇളം കാറ്റും പാടങ്ങളിൽ കതിരുമുറിക്കുന്ന തത്തകളുമുണ്ട്. ഏറ്റവും നല്ല കതിരുകളാണ് തത്ത മുറിച്ചുകൊണ്ടുപോകുന്നത്. തണുപ്പൊക്കെ മാറി ദേവാ ലയങ്ങളിൽ ആഘോഷക്കാലം. പൂന്തോട്ടങ്ങളിൽ ആളുകളുടെ എണ്ണം കൂടി.....

സജിത ടീച്ചർ പൊതുവായി ഒരു ചോദ്യം കൂടി അവതരി പ്പിച്ചു "ഒരു കുട്ടി ഈ കവിതയ്ക്ക് ആസ്വാദനക്കുറിപ്പെഴുതിയ പ്പോൾ പൂക്കാലത്തിന്റെ വരവ് വിവിധ ഇന്ദ്രിയങ്ങളുടെ അനുഭ വമായാണ് കവി അവതരിപ്പിക്കുന്നതെന്ന് പറഞ്ഞതായികണ്ടു.

നിങ്ങൾ ആവഴിക്കൊന്നാലോചിച്ചുനോക്കൂ."

ടീച്ചറുടെ വാക്കുകൾ ഞങ്ങളുടെ ചിന്തയെ ഉണർത്തി.

ടീച്ചർ പറഞ്ഞ കുട്ടിയുടെ നിരീക്ഷണം ശരിയാണ്. പൂക്ക ളുടെ മണത്തിൽനിന്നുമാണ് കവിയുടെ അന്വേഷണം തുടങ്ങു ന്നത്. പിന്നെ തൊടിയിലെ മാവും വേലിപ്പടർപ്പും പിന്നെ അങ്ങു ദൂരെ കാടും.... ഇതൊക്കെ കണ്ടറിഞ്ഞതാണ്. ഇളംകാറ്റിന്റെ വരവ് ശരീരത്തിൽ സ്പർശിക്കുകയാണണല്ലോ. കുയിലിന്റെ നാദം സുഖ കരമാണ്. അതു കാതിലാണ് എത്തുന്നത്. വാദ്യഘോഷങ്ങളും ശ്രവണേന്ദ്രിയത്തെയാണ് ഉത്തേജിപ്പിക്കുന്നത്. വിളഞ്ഞുകിട ക്കുന്ന പാടവും കേടറ്റ നെല്ലിൻ കതിർക്കൊമ്പു കൊത്തിപ്പറന്നു പോകുന്ന തത്തയുമൊക്കെ മനോഹരമായ കാഴ്ചകളാണ്. ധര യുടെ മൊത്തം ചന്തം കണ്ടും കേട്ടും മണത്തും സ്പർശിച്ചും കവിയും കവിയോടൊപ്പം നമ്മളും അറിയുന്നു. എല്ലാ ഇന്ദ്രിയങ്ങളും (നാവൊഴിച്ച്) കൊണ്ടാണ് കവി വസന്താഗമനം അനുഭവിക്കുന്നത്.

സജിത ടീച്ചർ ഞങ്ങളെ അഭിനന്ദിച്ചു. ഞങ്ങളും സന്തുഷ്ട രായി.

"ഇങ്ങനെയൊക്കെ വായിക്കണമെങ്കിൽ ഞങ്ങൾ കുറച്ചു കൂടി വളരേണ്ടി വരും" വർഷയുടെ അഭിപ്രായമാണ്.

"തീർച്ചയായും, നമുക്കു നോക്കാം. നിങ്ങൾ വളരുകയാ ണല്ലോ."

മറ്റു ചില കാര്യങ്ങൾകൂടി ഒരുപക്ഷേ, ശ്രദ്ധിക്കാനുണ്ട്. അത് പിന്നീടൊരിക്കലാകാം. കണ്ടെത്തിയ കാര്യങ്ങളെല്ലാം ബുക്കിൽ കുറിക്കാൻ മറക്കരുത്.

അന്നത്തെ ക്ലാസ് അവസാനിച്ചു.

കവിതാസ്വാദനം – ചിലകാര്യങ്ങൾകൂടി

കവിതാസ്വാദനത്തിലെ ചില അംശങ്ങൾ നമ്മൾ കഴിഞ്ഞ ക്ലാസിൽ ചർച്ച ചെയ്തു. ഇനിയും നിങ്ങളുടെ നിലയിൽനിന്നു നോക്കുമ്പോൾ പരിഗണിക്കേണ്ട ചില കാര്യങ്ങൾകൂടി എന്ന ആമുഖത്തോടെയാണ് സജിത ടീച്ചർ ക്ലാസ് തുടങ്ങിയത്.

മഹാകവി വള്ളത്തോളിന്റെ 'ശിഷ്യനും മകനും' എന്ന കവിതയിൽ നിന്ന് നാലുവരി – സന്ദർഭം പരശുരാമന്റെ വെട്ടേറ്റ് കൊമ്പുമുറിഞ്ഞ ഗണപതിയെക്കണ്ട പാർവ്വതീപരമേശ്വരന്മാർ, പാർവ്വതിയുടെ ചിത്രം കവി ഏതാനും വാക്കുകൾകൊണ്ടു വരച്ചുവച്ചത് നോക്കൂ.

"ഉടൻ മഹാദേവിയിടത്തുകൈയാ-
ലഴിഞ്ഞ വാർപൂങ്കുഴലൊന്നൊതുക്കി
ജ്വലിച്ചകൺകൊണ്ടൊരു നോക്കുനോക്കി
പാർശ്വസ്ഥനാകും പതിയോടുരച്ചു"

കുമാരനാശാൻ 'ദുരവസ്ഥയിൽ' ചാത്തന്റെ കുടിലിനെ അവതരിപ്പിക്കുന്നത് കാണാം.

"അങ്ങടുത്തായ് മേഞ്ഞു നാളേറെയായ് നിറം-
മങ്ങിപ്പതിഞ്ഞ പാഴ്പുല്ലുമാടം
കാണാം ചെറുതായകലെനിന്നാലൊരു
കൂണെന്നപോലെ വയൽ വരമ്പിൽ

അന്തികത്തിൽചെല്ലുന്തോറുമൊരുചൊവ്വും
ചന്തവുമില്ലക്കുടിലുകണ്ടാൽ
വൃത്തവും കോണും ചതുരവുമല്ലതിൽ
എത്തിനോക്കീട്ടില്ല ശില്പിതന്ത്രം."

ഇങ്ങനെയുള്ള ചിത്രങ്ങൾ വായനക്കാരെ വളരെയധികം ആഹ്ലാദിപ്പിക്കും.

"കനകച്ചിലങ്കയിൽ ചിത്രം ശരിക്കും ചലച്ചിത്രം പോലാണു ടീച്ചർ." "കനകച്ചിലങ്കയുടെ കിലുക്കമാണ് ആദ്യം. നടി അരങ്ങി ലേക്കു വരുമ്പോൾത്തന്നെ അതു കാതിലെത്തുമല്ലോ. ശരീരം ചലി ച്ചുതുടങ്ങുന്നു. കാഞ്ചനകാഞ്ചി കുലുങ്ങിക്കുലുങ്ങി ചലനം ദ്രുതഗതിയിലാവുന്നു. കടമിഴിക്കോണുകളിൽ സ്വപ്നം മയ ങ്ങിയും കതിരുതിർപ്പൂപ്പുഞ്ചിരി ചെഞ്ചുണ്ടിൽ തങ്ങിയും ഭാവ പ്രകടനം.... ഇങ്ങനെ ആദ്യവസാനം ചലച്ചിത്രത്തിലെന്നപോലെ" വർഷ നല്ല വായനക്കാരിയാണെന്ന് വീണ്ടും വ്യക്തമായി.

"സുബാഷ്, നിങ്ങൾ ശരിയായ പാതയിലാണ്. ഇതൊക്കെ കണ്ടെത്തുമ്പോൾ നമ്മൾ കവിതയുടെ രസം അനുഭവിക്കും. അതാണാസ്വാദനം" ടീച്ചർ അഭിനന്ദിച്ചു.

"കവിതയിലെ ആസ്വാദനാംശങ്ങൾ വേറെയുമുണ്ടല്ലോ. ശബ്ദഭംഗിയുടെ കാര്യം നമ്മൾ പറഞ്ഞില്ലല്ലോ ടീച്ചർ" ചിന്നു ശ്രദ്ധയിൽപ്പെടുത്തി.

"ശബ്ദ ഭംഗി കവിതയുടെ ആസ്വാദ്യത കൂട്ടുമെന്നതു നേരാ ണ്. അതു പക്ഷേ, പുറമേനിന്നുത്തന്നെ കാണാവുന്ന, വായിക്കു മ്പോൾ തന്നെ അനുഭവപ്പെടുന്ന കാര്യമാണല്ലോ. അത് നിങ്ങൾക്കുതന്നെ കണ്ടെത്താനുമാകും. അതുകൊണ്ട് എടുത്തു പറഞ്ഞില്ലെന്നേയുള്ളൂ. ആസ്വാദനക്കുറിപ്പെഴുതുമ്പോൾ അതും സൂചിപ്പിക്കണം" ടീച്ചർ വ്യക്തമാക്കി.

"നാഴൂരിപ്പാലുകൊണ്ട് നാടാകെ കല്യാണം
നാലഞ്ചു തുമ്പകൊണ്ട് മാനത്തൊരുപൊന്നോണം"

പാട്ടാണെങ്കിലും നിലാവിനെ നാഴൂരിപ്പാലായും നക്ഷ ത്രങ്ങളെ നാലഞ്ചു തുമ്പയായും കാണുന്ന കവി ഭാവനയില്ലേ. ഇതൊക്കെയും നമ്മൾ കണ്ടെത്തേണ്ടതില്ലേ ടീച്ചർ" ചിന്നു കുറ ച്ചുകൂടി മുന്നോട്ടുപോയി.

കൊള്ളാം. ഇത്തരം കവികല്പനകൾ, ബിംബകല്പനകൾ, അലങ്കാര പ്രയോഗങ്ങൾ ഇവയൊക്കെ കവിതയിലുണ്ടാവും. ചില സൂചനകൾകൊണ്ട് വലിയ കാര്യങ്ങൾ പറയുന്ന സന്ദർഭങ്ങളു ണ്ടാവും. അതൊക്കെ കുറച്ചുകൂടി വലിയ കുട്ടികൾ വിശദമായി പഠിക്കട്ടെ. നിങ്ങൾക്കു കണ്ടെത്താവുന്ന കാര്യങ്ങൾ ഉണ്ടെങ്കിൽ അതും ആസ്വദിച്ചോളൂ. കുറിപ്പെഴുതുമ്പോൾ ചേർക്കുകയും ചെയ്യാം.

അടുത്ത പ്രവർത്തനം വ്യക്തിഗതമായ ആസ്വാദനക്കുറിപ്പു തയ്യാറാക്കലായിരുന്നു.

സുഗതകുമാരിയുടെ "ഒരുപാട്ടു പിന്നെയും....." എന്ന കവി തയ്ക്ക് ഞങ്ങൾ ആസ്വാദനം തയ്യാറാക്കി. അതിന്റെ അവതരണ ത്തോടെ അന്നത്തെ ക്ലാസ് അവസാനിച്ചു.

വായനക്കാർക്കുള്ള പ്രവർത്തനം

ഒരു പാട്ടു പിന്നെയും.....

....

....

ഒരു പാട്ടുകൂടി പതുക്കെ മൂളുന്നിതാ
ചിറകൊടിഞ്ഞുള്ളൊരിക്കാട്ടുപക്ഷി"

- ഈ കവിതയ്ക്ക് ഒരാസ്വാദനക്കുറിപ്പു തയ്യാറാക്കൂ.
- നിങ്ങൾ അടുത്തകാലത്തു വായിച്ച ഒരു കവിത ഇവിടെ ചർച്ച ചെയ്ത കാര്യങ്ങൾ വച്ച് പരിശോധിക്കൂ. സ്വയം വിലയിരു ത്തൂ.

വായന-ശാസ്ത്രലേഖനങ്ങളും മറ്റും

അടുത്ത ദിവസത്തെ പ്രവർത്തനം നയിക്കാൻ റെജി സാർ എത്തി. ആദ്യം ഒരു വായനക്കളിയായിരുന്നു.

ഞങ്ങൾക്കോരോരുത്തർക്കും ഓരോ വാക്യമെഴുതിയ സ്ട്രിപ്പ് തന്നു. കാലാവസ്ഥ, ജ്യോതിശാസ്ത്രം ഇവയുമായി ബന്ധപ്പെട്ട വാക്യങ്ങളായിരുന്നു. തന്റെ കൈയിലെ സ്ട്രിപ്പു വായിച്ച് ഏതു ഗ്രൂപ്പിലാണ് ചെന്നു ചേരേണ്ടതെന്നു തീരുമാനിക്കണം. അങ്ങനെ ഗ്രൂപ്പിലെത്തിയവൻ വാക്യങ്ങൾക്കുചിതമായ ക്രമം എങ്ങനെ, അങ്ങനെതന്നെ നില്ക്കണം. എത്രയും വേഗം വേണം എന്നായിരുന്നു നിർദ്ദേശം. ഞങ്ങൾ ചില പുനഃക്രമീകരണങ്ങളൊക്കെ നടത്തി പെട്ടെന്ന് രണ്ടുസംഘമായി.

രണ്ടു ഗ്രൂപ്പിനും യൂറീക്കയിൽനിന്നും ഓരോ ശാസ്ത്ര ലേഖനങ്ങൾ നല്കി. എല്ലാവരും വായിക്കണം. വായിച്ച കാര്യങ്ങൾ പിന്നീട് ചുരുക്കിപ്പറയണം എന്നും നിർദ്ദേശിച്ചു.

ലേഖനത്തിന്റെ ചുരുക്കം ഞങ്ങൾ അവതരിപ്പിച്ചു.

ശാസ്ത്രലേഖനവും കഥയും നിങ്ങൾ വായിച്ചല്ലോ. വായിച്ചപ്പോൾ എന്തു വ്യത്യാസം അനുഭവപ്പെട്ടുവെന്ന് സാർ ചോദിച്ചു.

"കഥവായിച്ചപ്പോൾ കഥയുടെ ബാക്കികൂടി അറിയാനുള്ള തിടുക്കമുണ്ടായിരുന്നു. ലേഖനത്തിൽ അങ്ങനെ അനുഭവപ്പെ

ട്ടില്ല" സന്ദു അഭിപ്രായപ്പെട്ടു.

"ശാസ്ത്ര ലേഖനത്തിൽ കാര്യങ്ങൾ മനസ്സിലാക്കുന്നതാണ് പ്രധാനം"

"വായന കുറച്ചുകൂടി ഗൗരവമുള്ളതായി."

"വിനോദത്തിനുള്ള വായനയല്ല. വിജ്ഞാനം നേടാനാണ്."

"മനസ്സിരുത്തി വായിച്ചാലേ പറ്റൂ."

"അറിവു പങ്കുവയ്ക്കലാണ് ലേഖനത്തിന്റെ ഉദ്ദേശ്യം."

ഇങ്ങനെ പോയി അഭിപ്രായങ്ങൾ.

"ശാസ്ത്ര ലേഖനം വായിച്ചപ്പോൾ വായനയുടെ സുഖം അനുഭവപ്പെട്ടില്ലെന്നാണോ?" റെജിസാർ ചോദിച്ചു.

"അനുഭവപ്പെട്ടു പക്ഷേ, കഥയുടെയോ കവിതയുടെയോ സുഖമായിരുന്നില്ല. കുറച്ചു സീരിയസായ ഒരു വായനാനുഭവ മാണത്."

സന്ദുവും സീരിയസായി എന്നു തോന്നി.

"ശാസ്ത്ര ലേഖനം മാത്രമല്ല എല്ലാ വൈജ്ഞാനിക സാഹി ത്യവും വിജ്ഞാന വിനിമയം എന്ന ലക്ഷ്യത്തോടെയാണുണ്ടാ കുന്നത്. അതുകൊണ്ട് വായന കുറച്ചു സീരിയസാകേണ്ടിവരും. എന്നു കരുതി വായനയുടെ സുഖാനുഭവം അതും നല്കുന്നു ണ്ട്. കഥയുടെയും കവിതയുടെയുമൊക്കെ കാര്യത്തിലെന്ന പോലെ രസകരമായ ആഖ്യാനരീതി വായനക്കാരെ കൂടുതൽ ആകർഷിക്കും. കുട്ടികൾക്കുവേണ്ടി ശാസ്ത്ര കൃതികളെഴുതുന്ന ശിവദാസൻ മാഷും പാപ്പുട്ടിമാഷുമൊക്കെ കൂട്ടുകാരുടെ പ്രിയ പ്പെട്ട എഴുത്തുകാരായിരിക്കുമല്ലോ" റെജി സാർ വിശദീകരിച്ചു.

"കവിതയൊക്കെ വായിക്കുമ്പോൾ കൂട്ടുകാർ അതിൽനിന്ന് ചില വരികൾ ബുക്കിൽ കുറിച്ചുവയ്ക്കാറില്ലേ. നിങ്ങളുടെ ശേഖ രണ പുസ്തകത്തിൽ?"

"ഉണ്ട് സാർ. ശാസ്ത്ര ലേഖനങ്ങളും പുസ്തകങ്ങളും വായി ക്കുമ്പോഴും ഞങ്ങൾ അതിൽനിന്നുള്ള വിവരങ്ങൾ കുറിച്ചുവ യ്ക്കും. അതെല്ലാം പലപ്പോഴും ക്വിസ് മത്സരത്തിനും ക്ലാസിലും പ്രയോജനപ്പെടും" സാബിറയാണതു പറഞ്ഞത്.

മിക്ക കൂട്ടുകാരും ഇതുപോലെ ചെയ്യാറുണ്ടെന്ന് പറയുക യുണ്ടായി.

തുടർന്ന് ഒരു വായന പ്രവർത്തനമായിരുന്നു.

പി എം സിദ്ധാർത്ഥന്റെ *ബഹിരാകാശത്തേക്ക് ഒരു വാഹനം* (യുറീക്ക, ഫെബ്രുവരി 2017) എന്ന ലേഖനം ഞങ്ങളെല്ലാവരും വായിച്ചു. അതിൽനിന്ന് പ്രധാനപ്പെട്ട ചില കാര്യങ്ങൾ കുറിച്ചെടുക്കാനും സാർ നിർദ്ദേശിച്ചു.

ലേഖനത്തിൽ ഞാൻ കുറിച്ച കാര്യങ്ങൾ:

"100-120 കിലോമീറ്റർ ഭൂമിയിൽനിന്ന് സഞ്ചരിച്ചാൽ ബഹിരാകാശമാകും. ഏറിയാൽ 300 കിലോമീറ്റർ."

ബഹിരാകാശത്തു വിമാനയാത്ര പറ്റില്ല- കാരണം അവിടെ വായുവില്ല.

റോക്കറ്റിന് ബഹിരാകാശത്തെത്താൻ 18-20 മിനിറ്റുമതി.

ബഹിരാകാശ യാത്രികർ സ്പേസ് സ്യൂട്ട് ധരിക്കണം.

മനുഷ്യർ യാത്ര ചെയ്യുന്ന റോക്കറ്റിൽ ശുദ്ധീകരിച്ച മണ്ണെണ്ണയും ദ്രാവക രൂപത്തിലുള്ള ഓക്സിജനും നിറയ്ക്കും.

കൗണ്ട് ഡൗൺ ആരംഭിക്കുന്നത് റോക്കറ്റു യാത്ര തിരിക്കുന്നതിന്റെ രണ്ടു ദിവസം മുമ്പാണ്.

റോക്കറ്റിന്റെ ഏറ്റവും മുകളറ്റത്താണ് യാത്രക്കാർക്കുള്ള അറകൾ സജ്ജീകരിക്കുക.

ഇതാണ് യാത്രാ പേടകം.

റോക്കറ്റിനു മൂന്നോ നാലോ ഘട്ടങ്ങളുണ്ടാവും.

ഞങ്ങളെല്ലാവരും തയ്യാറാക്കിയ വിവരങ്ങൾ വായിച്ചു. റെജി സാർ ഞങ്ങളെ അഭിനന്ദിച്ചു.

വായനക്കാർക്കുള്ള പ്രവർത്തനം

ഒരു ശാസ്ത്ര ലേഖനം/ശാസ്ത്ര പുസ്തകത്തിൽനിന്ന് ഒരു ദ്ധ്യായം വായിച്ച് അതിലുള്ള പ്രധാനപ്പെട്ട വിവരങ്ങൾ കുറിച്ചെടുക്കുക.

വായനയിലെ വേഗം

സലീം സാറായിരുന്നു അന്ന് ക്ലാസ് നയിക്കാനെത്തിയത്. ഒരു വായനാ മത്സരമാണ് എന്നു പറഞ്ഞ് എല്ലാവർക്കും ഒരു പത്രവാർത്തയുടെ കോപ്പി നല്കി. "മനസ്സിരുത്തിവായിക്കണം; കഴിയുന്നത്ര വേഗം വായിക്കണം. വായിച്ചു കഴിഞ്ഞാൽ കുറിപ്പ് അടച്ചു വയ്ക്കണം" ഇതായിരുന്നു നിർദ്ദേശം.

വർഷയാണ് ആദ്യം വായിച്ചുതീർന്നത്. രണ്ടാമത് സന്ദു, മൂന്നാമത് ചിന്നു. അതിനുശേഷമേ എനിക്ക് പൂർത്തിയാക്കാൻ കഴിഞ്ഞുള്ളൂ. എല്ലാവരും വായിച്ചു കഴിഞ്ഞപ്പോൾ സലീം സാർ ഒരു ചാർട്ടു നിവർത്തി. ചാർട്ടിൽ 3 ചോദ്യങ്ങളും വാർത്ത സംഗ്ര ഹിക്കാനുള്ള നിർദ്ദേശവുമായിരുന്നു. ഞങ്ങൾ മനസ്സിരുത്തി തന്നെ വായിച്ചിരുന്നതിനാൽ ചോദ്യങ്ങളുടെ ഉത്തരവും സംഗ്ര ഹവും നന്നായി എന്ന് സാർ പറഞ്ഞു.

ഇപ്പോൾ നിങ്ങൾ വായിച്ചതിലും വേഗത്തിൽ വായിക്കാൻ കഴിയണം. എല്ലാവർക്കും ഈ ചിന്ത വേണം. അതേസ മയംതന്നെ കാര്യങ്ങളൊന്നും വിട്ടുപോവുകയുമരുത്.

വായനയ്ക്കുള്ള കുറിപ്പ് എല്ലാവർക്കും നല്കി.

ശിവജിയും ഭരണ ഭാഷയും എന്ന കുറിപ്പാണ് നല്കിയത്. ഒന്നര മിനിറ്റാണ് വായനയ്ക്കു തന്ന സമയം. തുടങ്ങാനും അവ സാനിപ്പിക്കാനും വിസിൽ മുഴക്കി. എല്ലാവർക്കും നിശ്ചിത

സമയംകൊണ്ടു വായിക്കാൻ കഴിഞ്ഞില്ല. വായിച്ചു കഴിഞ്ഞതായി അവകാശപ്പെട്ടവരോട് സാർ ചോദ്യങ്ങൾ ചോദിക്കുകയും ചെയ്തു. ഒരു മിനിറ്റുകൊണ്ടോ അതിനേക്കാൾ കുറഞ്ഞ സമയംകൊണ്ടോ ഈ കുറിപ്പു വായിക്കാനാവുന്നതേയുള്ളൂ എന്ന് സലീം സാർ പറയുകയുണ്ടായി.

നിങ്ങൾ സ്വാമി വിവേകാനന്ദനെക്കുറിച്ച് കേട്ടിട്ടുണ്ടാവും. കേരളത്തിലെ ജാതി വ്യവസ്ഥയുടെ ഭീകരതകണ്ട് ഭ്രാന്താലയ മെന്നു വിളിച്ച സ്വാമി. വിവേകാനന്ദപ്പാറയിൽ ഇരുന്ന് ധ്യാനിച്ച മുനിവര്യൻ. ചിക്കാഗോവിലെ ലോക മതസമ്മേളനത്തെ വാഗർത്ഥങ്ങളുടെ മാന്ത്രിക ശക്തികൊണ്ട് വിസ്മയിപ്പിച്ച മഹാ ഗുരു. വിശക്കുന്നവന് അന്നമേകാത്ത തത്ത്വശാസ്ത്രങ്ങൾ അർത്ഥമില്ലാത്തതെന്നു പ്രഖ്യാപിച്ച പ്രായോഗികാവാദികൂടിയായ ഋഷി. ഒരിക്കൽ അദ്ദേഹം ഒരു വായനശാലയിലിരുന്നു ഒരു പുസ്തകത്തിന്റെ താളുകൾ വേഗം മറിച്ചുപോകുന്നത് നോക്കി യിരിക്കുകയായിരുന്നു ചില ആളുകൾ. അല്പസമയംകൊണ്ട് താൾ മറിക്കൽ അവസാനിപ്പിച്ച് അദ്ദേഹം പുസ്തകം തിരികെ വച്ചു. അപ്പോൾ വായനശാലയിലിരുന്ന ഒരാൾ ചോദിച്ചു "അങ്ങ് എന്താണ് പുസ്തകം വായിക്കാതെ തിരികെ വെച്ചത്." അതിന് സ്വാമി പറഞ്ഞ മറുപടി ഇതായിരുന്നു. "അത് ഞാൻ വായിച്ചു കഴിഞ്ഞു."

"സ്വാമിജിയെപ്പോലെയാവാനൊന്നും നമുക്കു കഴിഞ്ഞെന്നു വരില്ല. എന്നാൽ വായനയിലെ വേഗം വർദ്ധിപ്പിക്കാൻ എല്ലാ വർക്കും കഴിയും, പരിശ്രമം വേണം. അതു തുടരണമെന്ന് എല്ലാ വരെയും ഓർമ്മിപ്പിക്കുന്നു" സലീം സാർ പറഞ്ഞവസാനിപ്പിച്ചു.

വായനക്കാർക്കുള്ള പ്രവർത്തനം

ചില ശാസ്ത്രലേഖനങ്ങൾ തെരഞ്ഞെടുത്ത് പരമാവധി വേഗ ത്തിൽ വായിക്കുക. തുടർന്ന് സംഗ്രഹം തയ്യാറാക്കണേ.

എഴുതാപ്പുറം വായിക്കാമോ?

"ടീച്ചറേ എഴുതാപ്പുറം വായിക്കുക എന്നു പറഞ്ഞാ ലെന്താ?"

"എഴുതാത്ത പുറമെങ്ങനെയാ വായിക്കുക?" വർഷയാണ് സജിത ടീച്ചറിനോട് ആ ചോദ്യമുന്നയിച്ചത്.

"അതെന്താ വർഷേ അങ്ങനെ ചോദിച്ചത്?"

"കഴിഞ്ഞ ദിവസം ഒരു സംഭാഷണത്തിൽ കേട്ടതാ."

"അത് കേട്ടിട്ട് വർഷയ്ക്കെന്തു മനസ്സിലായി?"

"ഉദ്ദേശിച്ച അർത്ഥത്തിനപ്പുറത്ത്, വിപരീതമായ ഒരു അർത്ഥം ഉണ്ടെന്ന് ആരോപിക്കുകയായിരുന്നു."

"ശരിയാണ്, ഒരാൾ പറയാത്ത കാര്യം പറഞ്ഞെന്ന് വ്യാഖ്യാ നിക്കുന്നതാണ് മിക്കപ്പോഴും എഴുതാപ്പുറം വായന" ടീച്ചർ പറ ഞ്ഞു.

യഥാർത്ഥത്തിൽ ഇതൊരു പ്രത്യേക ശൈലിയാണ്. ഇതിൽ എഴുത്തും വായനയുമൊന്നുമില്ല. എന്നാൽ വേറൊരർത്ഥത്തിൽ എഴുതാപ്പുറം വായന വളരെ പ്രധാനമാണുതാനും."

"അതെന്താ ടീച്ചർ." ഞങ്ങൾ ജിജ്ഞാസയോടെ ചോദിച്ചു.

നിലവിലുള്ള ചിന്താരീതിയെയും വിശ്വാസങ്ങളെയും നിരാ കരിച്ച് പുതിയ കാര്യങ്ങൾ അവതരിപ്പിക്കുന്നതാണ് ശരിയായ എഴുതാപ്പുറം വായന.

"അതൊന്നു വ്യക്തമാക്കണം ടീച്ചറേ. ഒന്നും പിടികിട്ടിയില്ല."
ഞങ്ങൾ പലരും ഒരുമിച്ചാണ് ഇങ്ങനെ പറഞ്ഞത്.

ദൈവം മനുഷ്യനെ ഇന്നു കാണുന്ന രൂപത്തിൽ സൃഷ്ടി
ച്ചുവെന്നായിരുന്നുവല്ലോ നിലവിലുണ്ടായിരുന്ന വിശ്വാസം. പല
മതങ്ങളും പലരൂപത്തിൽ ഈ കാഴ്ചപ്പാട് അവതരിപ്പിച്ചിട്ടുണ്ട്.

ചാൾസ് ഡാർവിൻ പരിണാമസിദ്ധാന്തം അവതരിപ്പിച്ചപ്പോ
ഴാണ് ജൈവ പരിണാമത്തിന് ഒരു ശാസ്ത്രീയ വിശദീകരണമു
ണ്ടാകുന്നത്. ഇതു നിലവിലിരുന്ന വിശ്വാസങ്ങളെ മാറ്റിമറിച്ചു.
ഇത്തരം എഴുതാപ്പുറം വായനയാണ് ഞാൻ സൂചിപ്പിച്ചത്.

"ഗോവസൂരി പ്രയോഗത്തിലൂടെ വസൂരി രോഗം ദൈവകോപ
മെന്ന വിശ്വാസത്തെ തിരുത്തിയത് ഒരു എഴുതാപ്പുറം
വായനയായി പറയാമോ" ചിന്നുവാണ് ചോദ്യമുന്നയിച്ചത്.

"ഗലീലിയോ ദൂരദർശിനിയിലൂടെ ആകാശ ഗോളങ്ങളെ നിരീ
ക്ഷിച്ചതോടെ സൗര കേന്ദ്ര സിദ്ധാന്തം കൂടുതൽ വ്യാപകമായി
അംഗീകരിക്കപ്പെട്ടല്ലോ. ഇതും എഴുതാപ്പുറം വായനയായി കണ്ടു
കൂടെ?"

തീർച്ചയായും, ഇത്തരം ഒരുപാടു വായനകൾ ലോകത്തെ
മാറ്റിമറിച്ചതായി കാണാം. അധികാരം ദൈവദത്തമാണെന്ന് പല
രാജാക്കന്മാരും പ്രചരിപ്പിക്കുകയും, പിന്തുടർച്ചാവകാശം നില
നിർത്തുകയും ചെയ്തു. ജനാധിപത്യത്തിന്റെ വരവോടെ
അതെല്ലാം മാറിമറിഞ്ഞില്ലേ.

അദ്ധ്വാനമാണ് സമ്പത്തിന്റെ യഥാർത്ഥ ഉറവിടമെന്ന് കാറൽ
മാർക്സ് സിദ്ധാന്തിച്ചു. തൊഴിലാളികളുടെ ഐക്യത്തിലൂടെ അവ
രുടെ അവകാശങ്ങൾ അംഗീകരിക്കപ്പെട്ടു.

ഇത്തരം നൂതനമായ കാഴ്ചപ്പാടുകൾ അതുവരെയുണ്ടായി
രുന്ന ധാരണകളെ തിരുത്തി പുതിയ ധാരണകൾ നല്കും. ഈ
പ്രതിഭാ ശാലികൾ എഴുതാപ്പുറം വായിക്കുന്നവരാണ്. അല്ലെ
ങ്കിൽ പുതിയപുറങ്ങൾ എഴുതി വായിക്കുന്നവരാണ്.

"അങ്ങനെയെങ്കിൽ നമ്മൾ എഴുതാപ്പുറം വായിക്കുന്നതിൽ
കുഴപ്പമില്ല. അല്ലേ ടീച്ചർ" സന്ദുവാണ് ഈ കമന്റവതരിപ്പിച്ചത്.

"ഉവ്വ്, പക്ഷേ, അത് നല്ല തിരിച്ചറിവോടെ സൂക്ഷ്മ നിരീക്ഷ
ണത്തിലൂടെ, ആഴത്തിലുള്ള പഠനത്തിലൂടെയാവണം. വെറും
ഊഹാപോഹങ്ങളിലൂടെയാവരുത്."

വായന വരികൾക്കിടയിലും വരികൾക്കപ്പുറവും

"ഒരു ചടങ്ങിനെത്തിയ ആളുകൾ സംസാരിച്ചു നില്ക്കു മ്പോൾ അവിടേക്ക് ഒരാൾ വരികയാണ്. അപ്പോൾ ഒരുവൻ പറ ഞ്ഞു. ഓ. കാമദേവൻ വരുന്നുണ്ട്. എല്ലാവരും ചിരിച്ചു. പറഞ്ഞ ആളിന്റെ മനസ്സിലിരിപ്പ് നിങ്ങൾക്ക് പറയാമോ.?" ടീച്ചർ ചോദിച്ചു.

"എന്തായാലും ആ പ്രയോഗം അയാൾ കാമദേവനെപ്പോലെ സുന്ദരനായതുകൊണ്ടാവില്ല. എങ്കിൽ ആളുകൾ അതു കേട്ടു ചിരിക്കില്ലല്ലോ" സന്ദു പെട്ടെന്ന് പ്രതികരിച്ചു.

"അയാൾക്ക് താനൊരു കാമദേവനാണെന്ന ഭാവം കാണും. ആളത്ര സുന്ദരനായിരിക്കയുമില്ല" ചിന്നുവിന്റെ കമന്റ്.

"ഒരുപക്ഷേ, അയാൾ പെൺകുട്ടികളെ വലവീശിപ്പിടിക്കുന്ന മോശപ്പെട്ടൊരാളായാലോ?" വർഷയാണ് ഇങ്ങനെ പറഞ്ഞത്.

"ഹേയ് അങ്ങനെ വരാൻ വഴിയില്ല. ടീച്ചർ പറഞ്ഞപ്പോൾ മറ്റുള്ളവർ ചിരിച്ചതായും പറഞ്ഞിരുന്നു. അതിൽ ഒരു കളിയാ ക്കലിന്റെ അംശമാണ് ഉണ്ടാവുക എന്നു വ്യക്തം" സന്ദു യുക്തി അവതരിപ്പിച്ചു.

"കാമദേവൻ വരുന്നുണ്ട്" എന്നു മാത്രം പറഞ്ഞാൽ ഈ അർത്ഥം കിട്ടുമല്ലോ. വർഷയും വിടാൻ ഭാവമില്ല.

"ശരിയാണ്. ആ വാക്യത്തെ സന്ദർഭത്തിനനുസരിച്ച് വ്യത്യ സ്തമായ അർത്ഥത്തിൽ കാണാൻ കഴിയും എന്നത് ശരിയാണ്.

ഒരുപാടു മേക്കപ്പിട്ട് സൗന്ദര്യം കൂട്ടാൻ ശ്രമിക്കുന്ന ആളായതു കൊണ്ടോ, ഭാവ പ്രകടനങ്ങൾകൊണ്ടോ, സ്വഭാവത്തിന്റെ പ്രത്യേ കതകൊണ്ടോ ഒക്കെ ഇങ്ങനെയൊരു പ്രയോഗം നടത്താമല്ലോ. യഥാർത്ഥത്തിൽ പറയുന്നതോ എഴുതുന്നതോ അല്ല. അതിന പ്പുറത്തുള്ള ചില കാര്യങ്ങളാണ് ഇവിടെ വായനക്കാർ (കേൾവി ക്കാർ) മനസ്സിലാക്കുന്നത്."

"ഇത്തരം ചില ഉദാഹരണങ്ങൾ പറയാമോ?"

"എന്റെ മനസ്സിൽ തീയാണ് എന്നൊരമ്മ പറഞ്ഞാൽ ദുഃഖ മുണ്ടാകുന്ന, വേവലാതിപ്പെടുത്തുന്ന ഏതോ സാഹചര്യമുണ്ടെ ന്നല്ലേ അർത്ഥം" അതുവരെ മിണ്ടാതിരുന്ന ഞാൻ ചോദിച്ചു.

"ആദിവാസികൾക്കുവേണ്ടി എത്ര പണമാണ് സർക്കാർ ചെലവാക്കിയത്. അവരുടെ സ്ഥിതിയിൽ കാര്യമായ മാറ്റമില്ല. പിച്ചച്ചട്ടിയിൽ കൈയിട്ടുവാരിയവർ തടിച്ചുകൊഴുക്കുകയും ചെയ്തു."

"അരിയെറിഞ്ഞാൽ ആയിരം കാക്ക" "നേട്ടമുണ്ടാകുമെന്നു കണ്ടാൽ ഒരുപാടുപേർ കൂടെ നില്ക്കുമെന്നല്ലേ അർത്ഥം"

"ഉപ്പോളം വരുമോ ഉപ്പിലിട്ടത്" നല്ല ഉദാഹരണമാണു ടീച്ചർ. ഇവിടെ ഉപ്പും ഉപ്പിലിട്ടതുമൊന്നുമല്ല കാര്യം. അമ്മയോളം വരില്ല പോറ്റമ്മ എന്നു പറയാൻ ഒരാൾക്ക് ഇങ്ങനെ പ്രയോഗിക്കാമല്ലോ" വർഷ.

"അയാൾ അറുത്ത കൈയ്ക്ക് ഉപ്പുതേക്കാത്തവനാണ്" എന്നു പറഞ്ഞാൽ അറുപിശുക്കൻ, ദയയില്ലാത്ത വൻ എന്നൊക്കെയല്ലേ അർത്ഥമാക്കുന്നത്" സാബിറ.

ഇങ്ങനെ ഓരോരുത്തരും പറയാൻ തുടങ്ങി.

"ശരി, അതായത് ശൈലീപ്രയോഗങ്ങൾ അതിലെ വാക്കുക ളുടെ അർത്ഥത്തിനപ്പുറമുള്ള കാര്യങ്ങളാണ് നമ്മോടു പറയു ന്നത്. ചില ചൊല്ലുകൾക്കും ഇത്തരത്തിൽ കേൾക്കുന്നതിനപ്പു റമുള്ള അർത്ഥതലമുണ്ട്" ടീച്ചർ വിശദീകരിച്ചു.

ടീച്ചർ ഒരു ചാർട്ട് നിവർത്തിയിട്ടു.

"ഇപ്പോഴത്തെ വിദ്യാഭ്യാസ രീതി ഇങ്ങനെ തുടർന്നിട്ടും കുട്ടികളുടെ ജിജ്ഞാസയെ തീരെയങ്ങു ഞെക്കിക്കൊല്ലാൻ ഇതു വരെ അദ്ധ്യാപകനു കഴിഞ്ഞില്ലല്ലോ എന്നത് ഒരു മഹാത്ഭുതം

തന്നെയാണ്" - ഐൻസ്റ്റയിൻ.

ഐൻസ്റ്റയിൻ പറഞ്ഞതിന്റെ ആശയം ഒന്നു വിശദമാക്കൂ.

"ഇന്നത്തെ വിദ്യാഭ്യാസ രീതിക്ക് വലിയ കുഴപ്പങ്ങളുണ്ട്. കുട്ടികൾ അളവറ്റ ജിജ്ഞാസയുള്ളവരാണ്. കുട്ടികളുടെ ഈ കഴിവിനെ ഉപയോഗപ്പെടുത്തുകയാണ് യഥാർത്ഥത്തിൽ വേണ്ട ത്. എന്നാൽ അത്തരത്തിൽ ചെയ്യുന്നില്ലെന്നു മാത്രമല്ല അതിനു വിപരീതമായാണ് അദ്ധ്യാപകർ പ്രവർത്തിക്കുന്നത്. അദ്ധ്യാപ കർ കാര്യമായി മാറണം എന്ന് വ്യക്തമാണ്" എന്നൊക്കെ ഞങ്ങൾ വിശദീകരിച്ചു.

"പണി നന്നായി. ഇനി മുതൽ ഇവിടേക്കുവരേണ്ട" എന്നു പറയുന്നതിന്റെ തമാശ ആലോചിച്ചു നോക്കൂ.

"പറയുന്നതിന്റെ വിപരീത സൂചന നല്കുന്ന ഇത്തരം പ്രയോഗങ്ങൾ രസകരമാണു ടീച്ചർ." സന്ദു പെട്ടെന്ന് പ്രതിക രിച്ചു.

"നിന്റെ പ്രകടനം ബഹുകേമമമായി" ഇതാണോ ഒരു മാസത്തെ തയ്യാറെടുപ്പിന്റെ ഫലം? ഇങ്ങനെ പറയുമ്പോൾ വിപ രീതാർത്ഥം കിട്ടുമല്ലോ. വർഷയും ഉദാഹരണവുമായി എഴുന്നേറ്റു.

"കണ്ണു വേണമിരുപുറമെപ്പോഴും
കണ്ണുവേണം മുകളിലും താഴേ
കണ്ണിലെപ്പൊഴും കത്തിജ്ജ്വലിക്കുമുൾ
ക്കണ്ണുവേണമണയാത്ത കണ്ണ്" (കടമ്മനിട്ട)

കോഴിക്കുഞ്ഞിനോട് തള്ളക്കോഴി പറയുന്നതാണിത്. ഇതു കോഴിക്കുഞ്ഞിനോടു മാത്രമായി കാണേണ്ടതുണ്ടോ? എല്ലാ ദുർബ്ബലനോടും പറയുന്നതാകാം. പെൺകുട്ടികളോട് അമ്മ പറ യുന്നതായിക്കൂടെ -ഇങ്ങനെ കവി പറഞ്ഞതിൽനിന്ന് പറയാതെ പറഞ്ഞതുകൂടി വായിച്ചെടുക്കലാണ് വരികൾക്കിടയിലെ വായന.

'മഹീപതേ ഭാഗവതോപമാനം
മഹാപുരാണം ഭവനം മദീയം
നോക്കുന്നവർക്കൊക്കെ വിരക്തിയുണ്ടാം
അർത്ഥങ്ങളില്ലൊന്നൊരു ഭേദമുണ്ട്' (രാമപുരത്തുവാര്യർ)

ഭാഗവതംപോലെയ്യാണ് തന്റെ വീടെന്നു പൊങ്ങച്ചം പറയു കയല്ലെന്ന് വ്യക്തമാണല്ലോ. തന്റെ ദൈന്യം നേരേപറയാതെ മഹാരാജാവിനെ അറിയിക്കാൻ വാര്യർക്കു കഴിഞ്ഞുവല്ലോ. ഇങ്ങ

നെയൊക്കെ പറയുന്നതു വായിച്ചെടുക്കാൻ നമുക്കു കഴിയണം.

"അല്ലല്ലെന്തു കഥയിതുകഷ്ടമേ
അല്ലാലെങ്ങു ജാതിമറന്നിതോ
നീചനാരിതൻ കയ്യാൽ ജലംവാങ്ങി-
യാചമിക്കുമോ ചൊല്ലെഴുമാര്യന്മാർ"

എന്ന് *ചണ്ഡാലഭിക്ഷുകിയിലെ* മാതംഗി ചോദിക്കുന്നത് സംബന്ധിച്ച് ക്ലാസിൽ ഒരു ചർച്ച നടന്നു." സാബിറയാണ്.

"എന്തായിരുന്നു ചർച്ച?" ടീച്ചർ ചോദിച്ചു.

"ആചമിക്കുക എന്നു പറഞ്ഞാൽ കുലുക്കുഴിയുക എന്നാ ണ്. കുടിക്കുകയെന്നല്ല. അതായത് കുലുക്കുഴിയാൻ പോലും പാടില്ലെങ്കിൽ പിന്നെ കുടിക്കുന്ന കാര്യം പറയാനുണ്ടോ എന്നാണ് മാതംഗി അർത്ഥമാക്കിയതെന്നു പറയാം" ഇതായി രുന്നു ഞങ്ങൾ എത്തിയ ധാരണ.

"തീർച്ചയായും അങ്ങനെ വായിച്ചെടുക്കാൻ സാധിക്കും" ടീച്ചർ പറഞ്ഞു.

സമയം വൈകിയതിനാൽ ക്ലാസ് അവസാനിച്ചു.

ഇപ്പോൾ ഒരു കാര്യം ഞങ്ങൾക്കു വ്യക്തമായി. വരികൾക്കി ടയിൽ ഒളിഞ്ഞിരിക്കുന്ന അർത്ഥം കണ്ടെത്തുന്നതും രചയിതാവ് പറയാതെ പറയുന്ന കാര്യം കണ്ടെത്തുന്നതുമൊക്കെയാണ് വായ നയ്ക്കു ഹരം പകരുന്നത്.

ആവശ്യമറിഞ്ഞുള്ള വായന

റെജി സാർ കുറച്ചു പത്രങ്ങളുമായിട്ടാണ് അന്നു ക്ലാസി ലേക്കു വന്നത്. ഓരോരുത്തർക്കും ഓരോ പത്രം തന്നു. എന്നിട്ട് 20 മിനിറ്റുകൊണ്ട് പത്രം വായിച്ച് പ്രധാന വാർത്തകൾ കണ്ടെ ത്തണമെന്നാവശ്യപ്പെട്ടു.

"അതെങ്ങനെയാ 20 മിനിറ്റുകൊണ്ട് പത്രമെല്ലാം വായിക്കു ന്നത്" ഞങ്ങൾ ഏക സ്വരത്തിൽ ചോദിച്ചു.

സർ ചിരിച്ചുകൊണ്ടു പറഞ്ഞു

"പത്രമെല്ലാം വായിക്കണമെന്നു ഞാൻ പറഞ്ഞിട്ടില്ല. വായിച്ച് പ്രധാന വാർത്തകൾ കണ്ടെത്തണമെന്നായിരുന്നു നിർദ്ദേശം. ശ്രമിച്ചുനോക്കൂ."

ഞങ്ങൾ ശ്രമിച്ചു നോക്കി. പക്ഷേ, മിക്കവരും ഒന്നാം പേജും ഒടുവിലത്തെ പേജും മാത്രമേ വായിച്ചുള്ളു.

വർഷയും ഞാനും എല്ലാ പേജും മറിച്ച് പ്രധാന വാർത്ത കൾ കണ്ടെത്തി. എന്നാൽ വാർത്തകളുടെ കൂടുതൽ കാര്യങ്ങൾ വായിക്കാൻ കഴിഞ്ഞിരുന്നില്ല.

"ഇത്രസമയം മതിയാവില്ല എന്ന് എല്ലാവരും പറഞ്ഞതല്ലേ. രണ്ടു പേർ ഏറക്കുറെ കാര്യങ്ങൾ കണ്ടെത്തിയില്ലേ. സമയം, ആവശ്യം ഇവ പരിഗണിച്ചാണ് നമ്മൾ പ്രവർത്തിക്കേണ്ടത്. സ്കൂളിൽ പോകുന്നതിനു മുമ്പ് ചിലപ്പോൾ പത്രം ഓടിച്ചൊന്ന്

നോക്കാനേ നമുക്കു കഴിയൂ. ചില കാര്യങ്ങൾ വിശദമായി പിന്നെ വായിക്കേണ്ടതുണ്ടെന്നും ആ ഓട്ട പ്രദക്ഷിണത്തിൽ നമ്മൾ മന സ്സിലാക്കും. ഇങ്ങനെ അത്യാവശ്യ കാര്യങ്ങൾ അറിയാനായി നടത്തുന്ന വായനയ്ക്ക് ഇംഗ്ലീഷിൽ സ്കാനിങ് എന്നാണ് പറ യുക. ശരീരത്തിലെ ചില വിവരങ്ങൾ അറിയാൻ ഡോക്ടർമാർ സ്കാനിങ് നടത്തുന്നതുപോലെ തന്നെ."

"ഇത്തരം വായന നടത്തുന്ന മറ്റേതെങ്കിലും സന്ദർഭം പറ യാമോ?

"അച്ഛനും ഞാനും കൂടി ഈയിടെ ഒരു പുസ്തകശാലയിൽ പോയപ്പോൾ അച്ഛൻ പുസ്തകത്തിന്റെ പുറംചട്ടയിലും ഓരോ അദ്ധ്യായത്തിന്റെ ആദ്യഭാഗത്തുമൊക്കെ വായിച്ചു നോക്കിയാണ് പുസ്തകങ്ങൾ തെരഞ്ഞെടുത്ത്. ഞാനും അങ്ങനെ ഓടിച്ചു നോക്കി ചിലത് തെരഞ്ഞെടുത്തിരുന്നു." വർഷ അവളുടെ അനു ഭവം പറഞ്ഞു.

"വായനശാലയിൽ പോയി വായിക്കാൻ പുസ്തകം തെരയു മ്പോഴും ഇത്തരത്തിൽ ആകാമല്ലോ" സന്ദു കൂട്ടിച്ചേർത്തു.

"സബാഷ്, കൂട്ടുകാർ വളരെ വേഗത്തിൽ കാര്യങ്ങൾ മന സ്സിലാക്കുന്നുണ്ട്."

റെജി സാർ ഞങ്ങളെ അഭിനന്ദിച്ചു.

പുസ്തകമോ മറ്റു വായനാസാമഗ്രികളോ മുഴുവൻ വായി ക്കാതെ ചില അഭിപ്രായങ്ങൾ, ഉദ്ധരണികൾ, സ്ഥിതിവിവരക്ക ണക്കുകൾ ഒക്കെ നമുക്ക് എടുക്കേണ്ട ആവശ്യം വരും. അത്തരം ഘട്ടത്തിൽ എല്ലാവർക്കും സ്വീകരിക്കാവുന്ന രീതിയാണിത്.

തുടർന്നു ഞങ്ങൾ പത്രം സ്കാൻ ചെയ്ത് പ്രധാന വാർത്ത കൾ എഴുതി തയ്യാറാക്കി ഗ്രൂപ്പിൽ വായിച്ച് വിലയിരുത്തുകയും ചെയ്തു.

നിഘണ്ടു നോക്കലായിരുന്നു അടുത്ത പ്രവർത്തനം.

ഞങ്ങൾ ജോടികളായി മാറി. ഓരോ ജോടിക്കും 10 വാക്കു കൾ നിഘണ്ടു നോക്കി അർത്ഥം കണ്ടെത്തി എഴുതലായിരുന്നു ടാസ്ക്.

എല്ലാവരും നിഘണ്ടു നോക്കിയിട്ടുണ്ടെങ്കിലും സ്വര ചിഹ്നം ചേർത്ത് ആദ്യാക്ഷരത്തിനു പുറമെ അടുത്ത അക്ഷരങ്ങളുടെ

ക്രമം, സ്വരചിഹ്നങ്ങൾ ചേർക്കുന്നത് ഇവയൊക്കെ പരിഗണി
ച്ചാണ് നിഘണ്ടുവിൽ പദങ്ങൾ ചേർത്തിരിക്കുന്നതെന്ന് ഇപ്പോ
ഴാണ് ശ്രദ്ധിച്ചത്.

തുടർന്ന് ഗ്രന്ഥശാലയിൽനിന്ന് ചില വിജ്ഞാന കോശങ്ങൾ
നല്കി അതിൽനിന്ന് ചില കാര്യങ്ങൾ കണ്ടെത്താനായിരുന്നു
നിർദ്ദേശം.

എല്ലാവർക്കും ഒരു നറുക്കു കിട്ടി

സർവ്വവിജ്ഞാന കോശത്തിൽനിന്ന് ഏലം എന്ന കുറിപ്പു
കണ്ടെത്തി അതിലെ പ്രസക്ത കാര്യങ്ങൾ കുറിക്കാനായിരുന്നു
എന്റെ നറുക്കിൽ എഴുതിയിരുന്നത്.

എല്ലാവർക്കും അവസരം ലഭിച്ചു. റഫറൻസ് പുസ്തകങ്ങൾ
പരിശോധിക്കുന്നതും ഒരു വായനതന്നെയെന്നും ഇത് ഫലപ്രദ
മായി ചെയ്യേണ്ടതുണ്ട് എന്ന തിരിച്ചറിവും ഞങ്ങൾക്കുണ്ടായി.

വായനക്കാർക്കുള്ള പ്രവർത്തനം

ശബ്ദതാരാവലിയിൽനിന്ന് താഴെപ്പറയുന്ന വാക്കുകളുടെ
അർത്ഥം കണ്ടെത്തി എഴുതുക. അതിനുശേഷം അക്ഷരമാലാ
ക്രമത്തിലും എഴുതുമല്ലോ.

പ്രക്ഷേപിക്കുക   –
പരിവേഷം   –
പതഗം   –
പിണം   –
പത്തനം   –
പാക്കുനിലം   –
പിതൃഗൃഹം   –
പടറ്റി   –
പലായനം   –
പാഥേയം   –

ഉചിതമായ റഫറൻസ് ഗ്രന്ഥം പരിശോധിച്ച് കുറിപ്പു തയ്യാ
റാക്കുക

● തിരുവാതിര   ● തെയ്യം

പത്രം വിചിത്രം

ഒരു പത്ര ക്വിസോടെയാണ് സലിം സാർ അന്നത്തെ ക്ലാസ് ആരംഭിച്ചത്. ഉത്തരങ്ങൾ എഴുതിയാൽ മതിയെന്നും നിർദ്ദേശിച്ചു.

ഇന്നു നിങ്ങൾ വായിച്ച പത്രത്തിലെ പ്രധാന ദേശീയ വാർത്തയെന്ത്?

നിങ്ങൾ വായിച്ച പത്രത്തിന്റെ പേജ് സെറ്റു ചെയ്തിരിക്കു ന്നത് എത്ര കോളമായിട്ടാണ്.

പത്രത്തിന്റെ അഭിപ്രായങ്ങൾ ജനങ്ങളെയും സർക്കാരിനെ യുമൊക്കെ അറിയിക്കാനുള്ള പംക്തി (ഭാഗം) ഏതാണ്?

തിരുവിതാംകൂറിൽ രാജ ഭരണക്കാലത്ത് പത്രത്തിലൂടെ വിമർശനം ഉന്നയിച്ചതിന് നാടുകടത്തപ്പെട്ട പത്രാധിപർ ആര്?

മലയാളത്തിലെ നാലു പ്രമുഖ പത്രങ്ങളുടെ പേരും ആ പേരിന്റെ അർത്ഥവും എഴുതുക.

ഇതായിരുന്നു ക്വിസിന്റെ ഒന്നാം ഭാഗം.

വാർത്താധിഷ്ഠിത ചോദ്യങ്ങളായിരുന്ന രണ്ടാം ഭാഗം. കാലി കമായ വാർത്തകളായിരുന്നു ചോദ്യങ്ങളുടെ അടിസ്ഥാനം.

ഉത്തരങ്ങളുടെ ചർച്ചയ്ക്കുശേഷം ഞങ്ങളെ രണ്ടു ഗ്രൂപ്പാ ക്കി. ഓരോ ഗ്രൂപ്പിനും അന്നത്തെ അഞ്ചുവ്യത്യസ്ത പത്രങ്ങൾ നല്കി.

പത്രത്തിലെ വാർത്തകൾ എല്ലാം ഒന്നുതന്നെയാണോ? വാർത്തയുടെ തലക്കെട്ട് ഉള്ളടക്കത്തിന്റെ വിശദാംശങ്ങൾ എന്നി

വയിൽ വ്യത്യാസമുണ്ടോ? വാർത്തയ്ക്കു പത്രം നല്കുന്ന പ്രാധാന്യം ഒരുപോലെയാണോ? നല്കിയിരിക്കുന്ന തലക്കെട്ടു കളെല്ലാം യഥാർത്ഥത്തിൽ വാർത്തതന്നെയാണോ?

ഇക്കാര്യങ്ങളെക്കുറിച്ച് നിങ്ങളുടെ അഭിപ്രായങ്ങൾ ചർച്ച ചെയ്ത് അവതരിപ്പിക്കണം എന്നാണ് സലിം സാർ നിർദ്ദേശി ച്ചത്.

പത്രവാർത്തകളിലെ വ്യത്യാസം കുറച്ചൊക്കെ ഞങ്ങൾ ശ്രദ്ധിച്ചിട്ടുള്ളതാണ്. എന്നാൽ അതൊന്നും അത്ര കാര്യമാക്കി യിരുന്നില്ല.

ഞങ്ങൾ ഒരു മണിക്കൂറോളം പത്രങ്ങൾ പരിശോധിച്ചു.

ഓരോ പത്രവും വാർത്തയ്ക്ക് നല്കുന്ന പ്രാധാന്യം വ്യത്യ സ്തമാണ്. ചില വാർത്തകൾ വ്യത്യസ്ത രീതിയിൽ കാണുന്നു ണ്ട്. ചില വാർത്തകൾ ചില പത്രങ്ങളിൽ കാണാനേയില്ല. പത്ര ത്തിലെ തലക്കെട്ടുകൾ മിക്കതും വ്യത്യാസമുള്ളതാണ്..... ഇങ്ങനെ പോയി ഞങ്ങളുടെ കണ്ടെത്തൽ.

തലക്കെട്ടുകളിൽ പലതും ചില പ്രമുഖരുടെ പ്രസ്താവന കളാണെന്നും ഞങ്ങൾ മനസ്സിലാക്കി.

പൊതുചർച്ച ക്രോഡീകരിച്ചുകൊണ്ട് സലീം സർ ഇങ്ങനെ പറഞ്ഞു:

പത്രവാർത്തകളിൽ ചിലത് പത്രത്തിന്റെയോ ചില വ്യക്തി കളുടെയോ അഭിപ്രായമാണ്. പത്രം നടത്തുന്നവരുടെ താല്പര്യത്തിനനുസരിച്ച് വാർത്ത നല്കുന്നതിൽ വ്യത്യാസം വരും. സ്ഥിരമായി ഒരു പത്രം മാത്രം വായിച്ചാൽ അതുമാത്രമാണ് ശരിയെന്നു തോന്നിയേക്കാം. എന്നാൽ പല പത്രങ്ങൾ വായിക്കുകയും ഒട്ടൊക്കെ വിമർശന ബുദ്ധിയോടെ നോക്കി കാണുകയും ചെയ്താൽ ഈ പ്രശ്നം പരിഹരിക്കാം. പത്രങ്ങൾക്കെല്ലാം തന്നെ വ്യക്തമായ രാഷ്ട്രീയ ചായ്വുകളുണ്ട്. അതൊക്കെ തിരിച്ച റിഞ്ഞാവണം വായന.

സമാപനം

സലീം സാറിന്റെ ക്ലാസിനുശേഷം സമാപന സമ്മേളനമായി

രുന്നു. ഞങ്ങൾ കൂട്ടുകാരെല്ലാം വായനാക്കൂട്ടത്തെക്കുറിച്ച് അഭി പ്രായം പറഞ്ഞു. കൂടുതൽ മെച്ചപ്പെട്ട വായനക്കാരാകാൻ സഹാ യിച്ച ദിവസങ്ങളിയിരുന്നു ഇതെന്ന് എല്ലാവരും അഭിപ്രായപ്പെട്ടു.

കൂട്ടുകാർക്കുവേണ്ടി സംഘാടകർക്ക് നന്ദി പറയാൻ എനി ക്കാണവസരം ലഭിച്ചത്. കഴിഞ്ഞ ദിവസങ്ങളിൽ വായനയുടെ പടവുകൾ കയറിപ്പോകാൻ കൈപിടിച്ചു സഹായിച്ച അനിലേട്ട നും, മറ്റധ്യാപകർക്കും ഇങ്ങനെയൊരു വായനാക്കൂട്ടമൊരുക്കിയ ഗ്രന്ഥശാലാ പ്രവർത്തകർക്കും നന്ദി വാക്കുകളിൽ ഒതുങ്ങുന്നത ല്ലെന്നും ഈ അനുഭവം ഉപയോഗപ്പെടുത്തി നല്ല വായനക്കാരാ കാൻ ശ്രമിക്കുമെന്നും മനസ്സു നിറഞ്ഞു പറഞ്ഞപ്പോൾ എന്റെ കണ്ണും നിറഞ്ഞിരുന്നു.

Printed by Libri Plureos GmbH in Hamburg, Germany